TAY CHẠM VAI GẦN
Luân hoán

thơ một đời trai gái
(họa phẩm Chim Xanh của họa sĩ Nguyễn Trọng Khôi)

thơ LUÂN HOÁN
mở tập LUÂN HOÁN
lời bạt phần 1 PHAN TRANG HY
lời bạt phần 2 PHẠM HIỀN MÂY
lời bạt phần 3 NGUYỄN VĂN NHÂN
lời bạt phần 4 HOÀNG XUÂN SƠN

bìa sau: tranh NGHIÊU ĐỀ
bìa trước CHÂU LÊ trình bày
phụ bản NGUYỄN TRỌNG KHÔI
phác họa tác giả TRỊNH CUNG
sửa chính tả TRẦN THỊ NGUYỆT MAI
chọn bài LY THI TRAN
chăm sóc in LÊ HÂN

lên trang CHÂU LÊ
nhà xuất bản NHÂN ẢNH
năm ấn hành 2024
bản quyền LÊ NGỌC CHÂU
và gia đình

ISBN: 9798330218370

Luân Hoán, phác họa bởi Trịnh Cung

THAY LỜI TỰA

Trong Thi Ca - tên gọi bao quát của Thơ - thường có quy định mẫu mực, cho những câu từ được tập hợp lại với nhau. Có vần điệu, có số lượng chữ của câu; hoặc không hạn chế gì cả, linh động dài ngắn. Thật ra viết cách nào, hình thức mới cũ gần như cũng có cái khung riêng, tránh cho bài thơ thành một bài văn. Tôi chơi thơ nhiều năm, và đã trải nghiệm những hình thức cũ mới này bằng những trang in đóng tập. Ở giai đoạn trung niên và lão ông hiện tại, tôi lưu tình trong vóc dáng cũ nhiều hơn hẳn thơ tự do, thơ xuôi. Siêu dạng hơn nữa, cỡ Tân Hình Thức, tôi không dám thử sức.

Vẫn "biết mình biết ta" nên vẫn tành tành với Ngũ Ngôn, Lục Bát, Bảy chữ, Tám chữ... vần vè chuẩn mực đề huề, gọi chung là cũ thứ thiệt. Tôi viết nhiều loại Sáu trên Tám, nên xin thưa thêm về thể loại này. Trước đây, câu chữ của tôi thường xáo trộn, đảo tới đảo lui, câu viết nhờ đó đọc lên nghe như mới hơn ca dao một chút. Nhưng lặp mãi cách này, tôi nghiệm ra có cái mòn mới, nên tôi giảm bớt sự cầu kỳ, trở lại với âm điệu "monotone" xuôi tai; miễn ý tình mình ăn nhờ chữ nghĩa không quá cùn mòn là được.

Vào chính Tựa cho thi phẩm Tay Chạm Vai Gần, chỉ có điều này cần nói: Thơ tình trai gái, từ bao đời nay không hề cũ. Thơ không sánh được với không khí, thực phẩm. Nhưng thơ nói chung, thơ tình trai gái nói riêng, trong một góc cạnh nào đó của cuộc sống, vẫn luôn bổ ích cho con người.

Trong thi phẩm này, tôi chia bốn phần. Sự phân biệt ở đây, không tùy theo nội dung của những bài viết, bởi thơ trai gái của tôi thống nhất nhịp tim tình si. Bốn phần đó có tên riêng:
- Tình Vui Thời Mới Lớn
- Tình Thời Phơi Phới Thanh Xuân
- Tình Điệu Thời Lão Ông.
- Tình Riêng Nhân Tình Trăm Năm.

Cuối cùng đôi ba bài. Cũng văn vần, xem như qua loa tổng kết.

Sự phân chia cốt yếu cho ra vẻ có bố cục chững chạc của những văn bản tự truyện, hay chính xác hơn là hồi ký viết bằng văn vần, chân thật kể lể

Đặc biệt mỗi phần tôi mời một bạn văn đọc trước khi in và viết vài dòng cảm nhận, giới thiêu.

* Phần một, nhà văn Phan Trang Hy hiện ở Đà Nẵng Việt Nam viết.

* Phần hai, nhà thơ Phạm Hiền Mây, hiện ở Sài Gòn Việt Nam viết. (Nữ nhà thơ này viết bình luận thơ, nhạc rất xuất sắc hiện thời)

* Phần ba, nhà thơ Nguyễn Văn Nhân, người Quảng Nam, hiện ở Sài Gòn Việt Nam viết (vì danh xưng NVN có nhiều nên xin ghi thêm, ông này có bằng Tiến Sĩ Toán và giảng dạy đại học ở thành phố HCM).

* Phần bốn, nhà thơ Hoàng Xuân Sơn, có bút danh khác Sử Mặc, hiện ở Montréal Canada viết. (ông còn là một ca sĩ).

Tập thơ, chưa chắc xứng danh, nhưng mong là một món quà nhẹ nhàng, nhằm gởi đến quý cặp trai gái ở mọi độ tuổi, không phân biệt quen biết hay xa lạ.

Về nội dung và những chi chi khác của thi phẩm, tôi không giải tỏ bằng văn xuôi. Xin dán chung vào bài này hai bài văn vần, tôi vốn có ý định cấp sự vụ lệnh cho chúng mở đường, như sau:

KHAI LUỐNG

luống thơ tình trai gái
lẩm cẩm những ngôn tình
phảng phất hương tự truyện
trộn hơi thở thần linh

đựng hình ảnh quỳ gối
dâng thơm lời tỏ tình
thiếu kim cương hoa lá
giàu hơi thở trái tim

nụ hôn nồng tinh khiết
trân trọng gắn hồng môi
được hôn chọn đúng huyệt
mạch tình cùng truyền hơi

xin cung kính tăng viện
vòng hoa choàng tình nhân
thơ vui thay trang sức
lứa đôi bền mặn nồng
07-10-2021

THƯA TRƯỚC

tập thơ trai gái bạn cầm
giàu chữ nặng giấy nhiệt tâm thành hình
khi yêu ai cũng tự mình
viết ra một cuốn ái tình thi ca

tôi yêu cũng giống người ta
và chắc không khỏi khác xa đôi điều
khác Kim Trọng của Thúy Kiều
khác Vân Tiên của nàng Kiều Nguyệt Nga

cụ thể tôi yêu như là
hít thở cười nói thiệt thà tình vui
văn vần cùng với văn xuôi
gấm vóc tơ lụa hồn tôi vun đầy

khuyết điểm yêu khá mát tay
ít thất tình thơ bớt hay đi nhiều

tôi thuần thục chỉ một chiêu
ngợi ca đối tượng mình yêu đề huề

nghĩa từ nuôi cả bầy dê
thả rong bất tận sơn khê bạt ngàn
nơi nào có gót hồng nhan
có thơ tôi mọc nồng nàn cỏ hoa
bạn đọc hẳn sẽ thấy ra
chữ tôi dùng chọn rõ là hồn nhiên
đọc nghe dữ ngẫm ra hiền
có thể ngược lại vô biên bất thường

tạ ơn đồng điệu thập phương
lang thang qua những con đường thơ tôi
tình người nhận ra hồn người
một mai mai một ngậm cười tôi thơ

16g29, 04-11-2021

TÌNH VUI THỜI MỚI LỚN

LÃNG MẠN ĐẦU ĐỜI

thời mới lớn, bà con hàng xóm
nhìn mắt tôi nhiều kẻ chê khen:
"giàu tình cảm rất là lãng mạn"
mắc cỡ tôi cười, giấu băn khoăn

một đôi lúc tìm gương soi thử
thấy mắt mình trắng ít hơn đen
tự thắc mắc ảnh hình thiếu nữ
vào tầm nhìn thành lãng mạn chăng?

nghĩ ngờ nghệch tạo nên cảm tưởng
lãng mạn là bản tính không hay
làm con trai cần nuôi chí hướng
bớt yếu lòng như ngọn mây bay

nhưng kỳ lạ, mắt chừng sinh tật
ưa hồ đồ nhìn những nguồn hương
không hiểu ra mùi chi rõ rệt
lơ mơ nghe lòng dạ khác thường

và điều ấy chính là lãng mạn?
mê cấp kỳ bóng đẹp lướt qua
không phải một, gần như tất cả
nét đan thanh yểu điệu thướt tha

tội đôi mắt hay người có mắt
mang cái tâm rộng rãi mê tình
em thông cảm hay thơ thông cảm
riêng đời ta thủ phận hy sinh

09-10-2021

TÌNH VÀ THƠ

vài cuộc tình vớ vẩn
có được đôi tập thơ
mươi cuộc tình lận đận
không nỡ viết chữ nào

đời tình giàu thất bại
vẫn trau chuốt lời vui
dùng tự ái cao ngạo
chôn bi đát ngậm ngùi

may chẳng thiếu chân thật
những thơ thẩn ra đời
thi ca vốn biết thở
bằng cái tâm của người
6g24. 08-7-2021

BÓNG TÌNH VỠ LÒNG

phần đông thời son trẻ
ai cũng có láng giềng
hàng rào liền sân đất
mắt môi liếc làm duyên

chuyện tình cùng hàng xóm
đã xưa rích xưa rơ
có thật, có hư cấu
qua âm nhạc văn thơ

tôi trong thời con nít
ba năm ở nhà quê
sân gạch cùng cau mít
cũng có dịp cận kề…

học đòi làm thơ thẩn
chẳng thể thiếu đôi vần
kể lại thời ngớ ngẩn
đám nữ nhí quẩn chân

thật ra chẳng có mấy
ba bốn đứa là cùng
muốn vẽ những ngó thấy
đã khó còn ngại ngùng

khó quên những trốn bắt
chái chuồng bò, gốc rơm
chợt ú ớ nói ngọng
nằm khoanh trong cái mong

gợi nhớ lại cái Gái
gợi nhớ về cái Lành
cái Hường hay cái Đỏ
những khoảnh khắc xuân xanh

*

thơ kể dễ hơn truyện
thành ra không thành thơ
rất giống như bịa chuyện
thật quá dễ nghi ngờ!

2021

CON BÉ HÀNG XÓM

thời tóc bện con tít
em hàng xóm qua nhà
lí lắc tuổi con nít
ta dật dờ thấy ra

trong em có chi đó
làm rờn rợn làn da
tò mò lấm lét ngó
nghi ngờ ngợ đó là

điều kỳ bí là lạ
rõ dần từng ngày qua
vừa thích vừa dị dị
nhìn nhiều sợ bị la

rồi em thay tóc bện
bằng kiểu tóc đuôi gà
nhưng quen chân vẫn nhảy
một hôm ngã nhằm ta

tức thì mất thấy lạ
nhưng có cảm giác là
lâng lâng thật khó biết
phải chăng hương thịt da

HÌNH ẢNH CÁI LÀNH

cái Lành sân đất nhà bên
ngày qua u mọi về đêm mớ hoài
chị nằm bên nhéo lỗ tai
thằng ni mi réo ai dai quá chừng

đôi khi đau quá nổi sùng
á to một tiếng tính hung bạo mình
cái Lành thành một cây đinh
đóng vào trí nhớ ảnh hình ấu thơ

*

một thơ ấu có dật dờ
cái chi chi đó bất ngờ đôi khi
chưa kịp lên tuổi xuân thì
giờ cẳng chưa nhổ lòng y như là

cái Lành của ngày rất xa
mở màn cho những đậm đà đến sau
dù kỷ niệm có gì đâu
lờ mờ hình ảnh ăn sâu quá chừng.

MỘT ĐÔI KHI

đôi khi se sẻ hót
chẳng hay ho chút nào
giữa cô đơn trống vắng
chợt nghe lòng nao nao

tiếng chim quen nhắc nhớ
thời nằm im trên giường
tai hướng nhà hàng xóm
thoang thoảng điệu cải lương

*

bên đó có cái Gái
không được học cùng trường
nhưng đi về có lúc
cùng chung một đoạn đường

trẻ con thường hờ hững
đúng hơn là xem thường
cho đến một bữa nọ
thấy gì đó đâm thương

*

dung nhan bé vẫn vậy
lấp ló thành khác thường
mở mắt bỗng đọng ý
nhớ nhớ những bất lương

hai nhà không hàng giậu
để thay Nguyễn Bính làm
bài thơ con bướm lượn
vu vơ thả lòng sang

*

yêu đương chừng chưa biết
nhưng thinh thích như tuồng
nhất là khi dội nước
tắm hết dám ở truồng…

VỀ THĂM LÀNG NHỚ CÁI HƯỜNG

chân đi-chữ-bát tôi về
đầu hiên nắng đọng bóng tê bầm chiều
con mực già nằm thiu thiu
lười biếng chổng ngọn đuôi kiêu hãnh chào

rộng lòng cửa đón tôi vào
mắt vân vi ngó hàng rào tre thưa
vắng tiếng kịt kịt võng đưa
cái Hường của thuở chưa xưa, vắng nhà?

*

không nghe tin nó đi xa
là nó chưa biết xe hoa là gì
vẩn vơ vừa nghĩ vừa đi
ba năm chinh chiến tôi y nguyên còn

nhớ buổi mưa chiều, hết hồn
ngỡ sân gạch nứt ra chôn chân mình
cái Hường chẳng phải thần linh
tự-tại nó thả cái yêu tinh gì

*

tôi trôi từ đó tức thì...
phố xa chẳng có dịp chi về nguồn
chân đi-chữ-bát thường thường
giàu to, sao vẫn nghèo luôn tới chừ

tiền tài danh vọng chẳng dư
đám tình lí nhí cũng xù thật nhanh
trời cho thơm cái miệng lành
thỉnh thoảng được điểm nụ thành bài thơ

*

hôm nay quả thật tình cờ
thăm quê ngộ cảnh bất ngờ em mưa
vẫn giữ tự nhiên như xưa
con bé hàng xóm vẫn chưa hết khờ?

nó khờ hay chính mình khờ
có nên giả bộ dật dờ hôm nay
chắc rằng một chốc nữa đây
qua rào ngó lại bàn tay giữ thần

dặn mình phải bớt cù lần
may ra gây chút nợ nần thơm hương

8g49, 28-10-2021

CÔ HÀNG XÓM THÀNH PHỐ

cái Hà cũng là cái
nhưng là cái lớn rồi
gọi là em mới được
phương thảo góc đời người

em hàng xóm thành phố
lại là con nhà giàu
quen mặt thỉnh thoảng gặp
vớ vẩn nói đôi câu

tôi vờ mượn địa chỉ
để kết bạn bốn phương
khéo léo khoe mình viết
văn thơ kiểu học đường

rồi thì rằng cũng có
xơ múi một chút hương
tinh khiết như nước suối
đẹp như tranh treo tường

cũng có đêm tôi mộng
vẽ ra cả bản đồ
khu nhà chúng tôi ở
xinh như trong ca dao

nhiều lần tưởng như đã
gió bão ngã hàng rào
thật ra tình hàng xóm
ngăn giữ bởi nguồn thơ

em hàng xóm thành phố
lận đận cũng hơi nhiều
lâu lâu tôi thấy nhớ
thời tình, không tình yêu

NHỚ EM HÀNG XÓM NGÀY XƯA

tim ta được đúc bằng chì
một thời được sống lầm lì sát em
bây giờ mới tiếc bỏ quên
một nơi trú ngụ êm đềm bên hông

dù ngay khi em theo chồng
chợt thấy nhớ nhớ dông dông thế nào

nhớ em thường rủ đánh cờ
úp sấp lật ngửa ngây thơ cười cười
nhớ em thường bịt mắt tôi
đứng sau lưng "hù !" thật vui, bất ngờ

em "ngây" và tôi có "thơ"
hình như chưa biết vần vơ điều gì
đúng là ngu một cách chi
nếu không đâu biết bữa ni thế nào

em chừ không biết ở mô
có bao giờ đọc những thơ tôi làm
dù có đọc, thấy dở òm
vì dại bỏ sót người toàn là hoa

chợt nhắc em mới nhớ ra
hột nút ruồi nhỏ xa xa quá cằm
quá luôn cái cổ tròn tròn
bây giờ không biết còn hồng như xưa?

9g49 | 22-12-2020

KỶ NIỆM CUỐI THỜI CHƠI NÁ

trẻ con thường mê bãi, cồn
cỏ xanh, bờ bụi, thơm hồn thanh xuân
ngày ngày cõng nắng vàng lưng
theo tiếng chim hót đi lùng niềm vui

áo "maillot" liền quần đùi
chui rào vạch nhánh vườn người đam mê
chợt ngộ chõng tre chái hè
mắt sững như quý cụ che tay dòm

nhìn người. thoáng chút hoang mang
khoảnh khắc im vắng không gian hẹp dần
rề rà quay chậm bước chân
quên lửng chim hót tứ tung cành chờ

có điều chi đó mơ hồ
lớn lên trong dạ bất ngờ bâng khuâng
ranh giới trẻ con ngỡ gần
sát bên mơ ước bất thần thoáng qua

đang thời "nhất quỷ nhì ma"
vấp cái "bí mật quốc gia" khôn liền
ngẫu nhiên làm giảm hồn nhiên
mạch tình đầu mối nghiện ghiền sau chăng?

6g03. 14-10-2021

GÁC CU

đường làng nắng lót bình minh
bước đi gót hát xuân tình lãng du
tay đưa lồng đựng con cu
sào dài vai vác lòng dư dả tình

không gian đậm đà lung linh
chọn lựa ngoại cảnh quanh mình thiệt hơn
lồng treo giữa lá chờn vờn
gió đưa xa tiếng nỉ non thâm trầm

khi đợi chim trời đá lồng
tôi thường nhẹ bước dạo rong vườn người
một đôi khi hên hay xui
lòng thanh xuân bỗng thầm cười lơ mơ

thằng du côn dẫu giả lơ
tự dưng nó đội vải thô lặng người
em tưới nước nuôi hoa tươi
bụi cây trước mặt con ruồi phía sau

*
giọng cu thúc dồn dập mau
chim vườn sà đến đỉnh đầu chung-cây [1]
rùng mình chợt thoát sa lầy
tay sạch vẫn phải phủi tay hạ lồng

gỡ chim mắc lưới ra trông
tưởng quên trớt, hóa ra không dễ gì
bất ngờ nhìn, đâu thấy chi
gác cu bị ví ngu vì thế chăng?

nếu đúng vậy, quyết ăn quen
tìm cớ ngu miết chắc rằng có khi

1. những chữ thường dùng trong trò gác cu

TÌNH HỌC TRÒ

chưa thể gọi tình nhân
đã ngỡ như nhân tình
mới quen chừng đã thân
trong sáng đời học sinh

không tặng nhau hoa lá
lãng mạn ta đi kèm
những giờ ngồi bao vở
đề nhãn giùm cho em

cũng được năm bảy bận
cùng coupe cours theo chân
dáo dác trước cửa rạp
chiếu phim permanent

có chừng chín mười buổi
chở nhau về thôn vườn
tay không ôm eo ếch
thân buộc thân mùi hương

giữ thật kín kỷ niệm
lạ kỳ gần cả trường
chúng cắp đôi dữ quá
ta vui còn em run

còn những gì nữa nhỉ
nhớ mang máng như tuồng
vài bài thơ đăng báo
để tặng rất bình hường

chỉ vậy thôi, giản dị
tình vui, tình học trò
loại tình yêu hoa mỹ
không nhận chỉ thèm cho

TRÊN ĐƯỜNG ĐI HỌC

cặp táp che ngang ngực núm cau
sớm mai nắng chải tóc hoe màu
tôi đi khoảng cách vừa tay sải
tùy ý em cho bước chậm mau

hết sức chú tâm nhưng giữ lòng
tùy cơ ứng biến mắt vời trông
không cho em biết tình vọng nhớ
nhưng kín mời xem mộng viển vông

em liếc mấy lần biết hết trơn
ánh lên đốm lửa cửa tâm hồn
nghe tim máu chảy không đều nhịp
lạ quá càng thêm rộng cô đơn

chẳng luống cuống gì chỉ nhát gan
dám nghĩ chi hơn bước nhẹ nhàng
theo em, không phải, mê theo bóng
em cũng dường như không vội vàng

đường mỗi sớm mai Lê Lợi đưa
hai cô cậu nhỏ rõ ràng chưa
nhưng mà có lẽ hình như đã
biết có chi chi khắng khít vừa

VIỂN VÔNG

sát đầu ngã ba đường
nhà em ngôi biệt thự
nằm giữa bốn bức tường
vừa tầm nhìn người ngắm

tôi đều đều lượn ngang
dòm vào hoài sợ sợ
em bắt gặp dị òm
tình gian e bại lộ

sợ riết thành bình thường
sợ vẫn thua nỗi nhớ
sợ vẫn thua buồn buồn
nên đi ngang cố ngó

và vẫn thấy trong sân
trầm ngâm vài chậu kiểng
cái có cái không bông
lặng lẽ như lười biếng

không chó cũng chẳng mèo
bậc tam cấp vắng vẻ
nhành hoa giấy đang treo
vài chùm hoa lạnh lẽo

thường lơ mơ đoán chừng
bên trong cửa khóa trái
em đang ngồi dửng dưng
không biết tôi dòm ngó

mê em tôi mong thầm
trong năm thì mười họa
được gặp em một lần
dù trời trồng như đá

DUYÊN NỢ LOLITA

ta có vẻ khá sớm khôn liếc ngắm
mới lớn lên mắt đã làm rối lòng
thưởng ngoạn sơ sơ nhưng chừng quen tật
ngó gót chân hồng, nhìn rẻo eo hông

điểm ngắm đẹp chẳng làm ai hư hỏng
chỉ tạo nên những khuôn mặt dễ thương
ta hãnh diện cũng nằm trong muôn một
kẻ tình si của nhan sắc ngát hương

*

những em đẹp ngang vai ta tuổi sống
cùng đường đi cho đến học chung trường
thơm danh tiếng hiền ngoan giàu nhan sắc
ta biết thả lòng bay loãng mùi hương

để có được tình vắt vai cụ thể
hồn thanh xuân chuyển xuống lớp nhỏ hơn
đời đang rộ lolita thời đại
ta dại chi chê em còn quá trẻ con

*

lòng đã quyết, khoanh vùng lên kế hoạch
"vạn sự khởi đầu nan" là được gần
thật không dễ, nhưng sau nhiều trầy trật
cũng lân la tình vịn cánh thiên thần

"đời đãi ngộ kẻ khù khờ" đúng thật
trước ngây thơ ta bớt hẳn cù lần
và từ đó được gặp em chăn chiếu
may khỏi hầu tòa còn được chung thân

20g24. 15-10-2021

MI TAU MỘT THUỞ

ngày xưa mi đã mắng
tau là "thằng ranh con"
khi tau thấy mi tắm
mà đứng như trời trồng

thiệt tình tau không biết
mi sợ lộ hết trơn
cực chẳng đã tau thấy
cái làm tau mất khôn

và sau ngay lần đó
gặp mi tau dè chừng
lạ kỳ tau để ý
mi dịu dàng ra hung

cứ thế đã có bữa
mi cho tau cục xôi
tau cho lại nhiều món
đồ quý tau đang chơi

và rồi sau sau nữa
tau rời làng ra thành
vơ vẩn buồn ngó thấy
mi đứng nhìn lạnh tanh

TỊCH MỊCH ÂM KHUYA

hư không đêm trải tiếng đàn
giọng ca treo nỗi buồn tan ngọn trời

cỏ hoa dính mùi hương môi
biển thao thức vỗ theo lời sóng khuya

mắt mơ mộng nỗi sẻ chia
đêm qua đêm nối đầm đìa tình lơi

dại khôn đồng điệu trót rồi
vết sầu hồn dại thả trôi không về

đầu đời người nặng u mê
tiếng đàn đành lỡ câu thề giọng ca

đã qua đã qua rất xa
cánh tay trán nặng hồn ma riêng lòng

hư không trả lại hư không
chừng như còn đọng điệu lòng chưa tan

5g22, 18-10-2021

RỚT CỰC QUÊ Ở
HIỆU SÁCH ƯNG HẠ HUẾ

từng có thuở nơm nớp vào Ưng Hạ
không mua chi chỉ dòm lén cô Ri
người ai sinh mà đẹp chi đẹp lạ
nõn nà thanh xuân cuốn hút kiêu kỳ

tôi xớ rớ dật dờ nơi bày biện
tuần báo, nguyệt san, tạp chí nằm ngoan
báo từ Sài Gòn, hơi thủ đô thở
giữa cố đô thầm lặng sống mơ màng

tay lật báo giả vờ như chăm đọc
mắt rập rình cô Ri đứng xa xa
mong cô đến lại lo cô mời hỏi
tôi nương theo động tĩnh khách vào ra

nắng chong sáng trên đường Trần Hưng Đạo
người đông vui làm giảm bớt ngại ngần
trong ngoài tiệm không liên quan gì cả
nhưng lạ kỳ có phần đỡ bâng khuâng

bệnh mê sắc quả nhiên nhiều thú vị
Ri cô nương của Ưng Hạ tuyệt vời
dù chỉ ngó qua đôi ngày một bận
hạnh phúc cũng đầy tuổi mới lớn tôi

cho đến bữa tình cờ đọc truyện ngắn
của ông Sơn Nam, tôi chợt giật mình
hóa ra chẳng mình tôi vào quán sách
để nhìn sắc hương mộng mị linh tinh

tôi may mắn hơn anh chàng nhân vật
từng dạo "qua hàng sách" của Sơn Nam
làm rớt lược để hôm sau được trả
bởi chính em đang ấp ủ mơ màng

tôi có lẽ cũng đánh rơi một "cục
quê quê tình" ở quán sách cố đô
Ri lượm không, tôi chưa được trả
một khoảng đời tình mới lớn như thơ

MƯA GIỮA ĐƯỜNG

giữa đường không chỗ núp mưa
đầu che cặp sách em thừa tứ tung
nước ngấm chảy dọc sống lưng
ướt mau lẹ hai ống quần sát da

cái lạnh không nổi da gà
mà lạnh phơi phới mượt mà vồng hoa
đạp xe bên cạnh nhìn qua
ta run như thể có ma ám vào

phất phơ mưa vẽ chiêm bao
ái ngại thì ít nao nao thì nhiều
thiếu cả gan không dám liều
lấy thân che chắn những chiều mưa rơi

ta hèn đột xuất đành thôi
mất cơ hội có cả đời hầu em

TỢ NHƯ HƯƠNG

một tình cờ linh hiển
hai đứa cùng thấy nhau
bất ngờ khó tưởng tượng
vài tuần sau cụng đầu

không hiểu sao bữa đó
dám cả gan hôn em
không còn nhớ hôm nọ
chuyện gì thật khó quên

rồi những gì tiếp nữa
không còn nhớ trời trăng
mơ hồ chuyện môi lưỡi
len lỏi từng chân răng

vậy là yêu là nhớ
linh tinh qua mấy mùa
bỗng nhiên cùng tránh mặt
không chắc bên nào thua

HOA VÀ EM

yếm thắm đội hoa vàng
em đi trong nắng sớm
nhân gian vọng mơ màng
ta không biết lãng mạn

tròng trành lòng hoang mang
hoa cùng em dịu dàng
em thua hoa màu sắc
hoa thua em nồng nàn

em hơn hoa huyền hoặc
hoa hơn em thanh nhàn
mê hoa cùng yêu em
cuộc sống thật mỹ mãn

trời đất rộng mông mênh
tình người vô giới hạn
cụ thể ta và em
em đội hoa trên đầu

gởi hương về những đâu
hương em tận ngàn sau
vẫn đượm mùi tình ái
đó chính là cuộc đời

4.57 AM- 13.12.2016

EM VÀ TRĂNG

*tặng những ai tên Nguyệt

em hãy là khuyết nguyệt
đừng rạng rỡ trăng rằm
tôi sợ trời quá sáng
cũng sợ đêm tối tăm

mặt trăng như em vậy
tinh khiết cùng ngọt ngào
cần vài dòng mây đậy
đôi chỗ quá dạt dào

nghiệm ra ai tên Nguyệt
tôi quen đều thanh cao
trân trọng tình quyến luyến
ngỡ như thơ, ca dao

tôi không thích rằm lắm
từ khi mẹ qua đời
nhưng vẫn mong và ngắm
lòng đượm thơm ngậm ngùi

*

đêm nay hai giờ sáng
dậy thấy trời mù mờ
lòng hoang mang vô hạn
tìm trăng chợt ra thơ

môt phần nhờ ảnh chụp
nghệ thuật gặp tình cờ
(nét đẹp ngộ bất tử
đều làm tôi dật dờ)

em cong mình thanh thoát
bên quả đất hay trăng?
xin méo mó đôi chút
cho riêng lòng sáng trăng

VỚ VẨN ĐÍCH THỰC TÌNH THƠ

ta hai bàn mười hoa tay
viết láu một chút chữ bay như rồng
được em khen ấm áp lòng
cả hai lỗ mũi hỉnh phồng hẳn lên

*

tuy không làm người dạy kèm
nhưng tuần sáu bữa cùng em chung bàn
tuổi hoa em ngồi thật ngoan
nhường ta lí lắc đưa bàn tay vui

viết câu thơ vẽ dạng người
tóc mai khóe miệng nụ cười hồn nhiên
em đẹp cung cách dịu hiền
toàn khuôn mặt tỏa vô biên thanh nhàn

tinh nghịch em nhướng mắt sang
mặt tờ giấy động dưới bàn tay ta
ta đùa đang vẽ nụ hoa
em xì, sao giống người ta quá hà!

ừ thì ta vẽ người ta
người ta la lắc chẳng là ai đâu
phụng phịu một cái quay đầu
phấn chi hai cánh má bầu đỏ au…

*

còn nhiều, nhiều chuyện tiếp sau
dễ thương khó tả nhốt sâu trong lòng
thơ tình dù viết triệu dòng
làm sao vẽ hết em nằm trong ta

đôi khi nhớ chợt ngâm nga
những câu bất chợt nẩy ra mới là
thơ về em từ lòng ta
lòng tình không phải thi ca đời thường

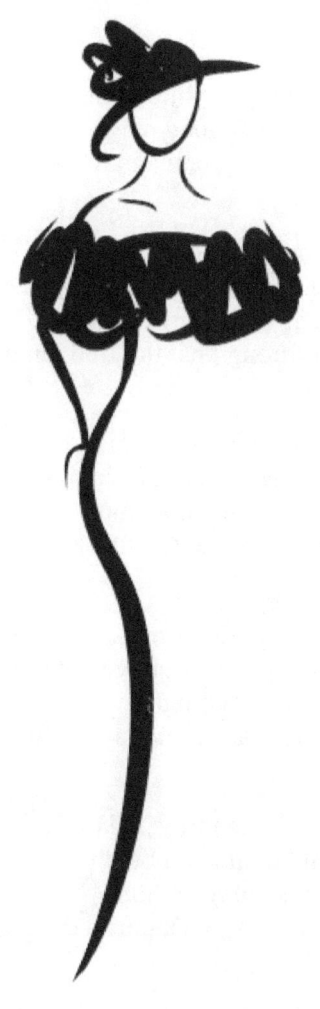

TÌNH THỜI
PHƠI PHỚI THANH XUÂN

GIÀ TAY THƠ

yêu em anh biến thơ tình
thành câu chuyện phiếm linh tinh mỗi ngày
từ lông chân đến lông mày
vui tay chẳng ngại múa may vẽ vời

lỗ rún lỗ mũi hai nơi
điệu đà thơ xỏ khoen thời trang đeo
những nơi trọng điểm vải nghèo
chế thêm trường phái thơ treo lên trời

hội thơ vượt thời gian mời
em và thơ mãi tuyệt vời bên nhau
xin chịu thiệt danh mày râu
tiếc em như hạc bỏ lầu "hạc lâu"

Lý Bạch Thôi Hiệu bên Tàu
tụng em cũng chứng chuyện thôi hơn gì
mỹ nhân ơi chớ hồ nghi
anh đây thơ thẩn chính quy đã tài

khen em thành cả truyện dài
không chỉ lắt nhắt đôi bài thơ con
chữ Việt nào cũng có hồn
xếp cách gì cũng vuông tròn dạng thơ

LẨM CẨM THỜI HAI MƯƠI

có nhiều việc đời cho là xấu mặt
còn riêng ta không đủ để khoe khoang
sự mâu thuẫn xem ra vì bản lĩnh
giấu hay khoe tùy ý thức chủ quan

ta mê gái vốn là điều có thật
chuyện tự nhiên thiên hạ dễ chi cười?
mê điều độ hay mê không chừng mực
cũng là mê, một lý thú rất người

ta may rủi hên xui đều có đủ
đời đôi khi có chút chút thất tình
dồn u uất bình thường vào trang chữ
khoe cùng đời chẳng lẽ cũng đáng khinh?

chuyện trai gái có người tài kẻ vụng
hình như là có thật "còn tùy duyên"
duyên ở đâu, hẳn nằm trong cơ hội
quen biết, tình cờ, nhân cách ưu tiên

soi bản thân, ngẫm ra tình rất lạ
một thoảng qua đủ thao thức dài đời
thịt trong thịt dẫu nhiều lần lặp lại
thiếu tình yêu nhàm chán cũng xa rời

luận ái tình ta vô cùng nông nổi
kiến thức lờ mờ kinh nghiệm lơ mơ
thất tình vài lần chưa là người lớn
yêu lung tung thành chuyện của văn thơ

vừa mới lớn muốn trưởng thành thật vội
mỗi cuộc tình như một chuyến ngao du
ta thinh thích, em dễ dàng phát hiện
em mến ta, trong hy vọng hình như

thường gặp, cùng đi chung là có chuyện
bè bạn xầm xì tinh nghịch cắp đôi
mắc cỡ vài lần âm thầm ưng bụng
chẳng ai nói ai thật giả một lời

cụ thể đơn sơ chỉ là vậy vậy
đã là cuộc tình lớn chạm tâm can
một bữa vu vơ thình lình hờn giận
lẫy tránh mặt nhau lặng lẽ tan hàng

với mỗi cuộc tình hoàn toàn thật đẹp
như có tình yêu không có tình nhân
em có trong ta như là cái bóng
ta có trong em như ngọn phù vân

lúc ngồi chung bàn tại nhà em rộng
mưa nắng tùy mùa tùy bữa ngó nhau
mẹ em nhắc chừng phải lo mà học
bốn mắt gặp nhau nụ cười thuộc làu

chưa quá ba năm thôi đừng nhắc nữa
chuyện rủ em về cho biết quê nhà
khoe ruộng đứng tên ta trên trích lục
nhà ngói hồ cau lố bịch như là...

lặng lẽ ta không ghé nhà em nữa
buồn chỉ năm giây đồng nghĩa trăm năm
thấm thía nghĩ ra đúng là tình bạn
người bạn không chơi theo cách phong trần

và bước chân theo cuộc tình vừa kể
na ná như nhau rất đỗi u mê
và cũng may nhờ u mê như vậy
ta giàu một đời được nhiều u mê

lẩm cẩm dông dài chẳng qua tập viết
bài thơ dành riêng, phổ biến xem chung
ta viết những gì lâu lâu nhắc lại
nhàm quá nhưng sao chẳng thấy ngập ngừng

2016

HẮN

hình như có ai đó
sinh lòng nhớ nhung em
lụt lịt không dám tán
bởi sợ em không thèm

em tò mò muốn biết?
ta làm phước chỉ cho
năm ba điểm đặc biệt
của gã không dám gò [1]

*

hắn trạc người tầm thước
đủ sức vào nhà binh
chưa dám đi nhà thổ
còn y nguyên thư sinh

sở thích hắn lạ lắm
khoái đứng ngó đám đông
bằng cái thú nhìn ngắm
nhưng khá ngại hòa đồng

hắn không có em gái
cơ hội cưa [2] số không
khó thành được đứa dại
làm tà lọt má hồng

bây chừ vừa đổi ý
vì chợt ngộ được em
(ba phần tư của hắn)
chợt mê muốn kề bên

với một đứa như rứa
em nghĩ thử xứng không
có nên tạo cơ hội
cho hắn chỗ ngồi đồng

*

xin thòng thêm điểm chính
bản lĩnh hắn không chi
mê gái còn chưa biết
thiếu cả chai lẫn lì

chợt ve [3] em gián tiếp
nhờ ta đây ngỏ lời
theo ta em chỉ liếc
cho hắn mừng hụt hơi.

2giờ05, đêm 13-10-2021

ghi chú: 1, 2, 3: ba động từ đồng nghĩa tán tỉnh

KHAI MỞ XUÂN TÌNH

đầu đời chạm ngọn thanh xuân
sợi dây lưng rút bỗng dưng cản đường
líu quíu bày tỏ yêu thương
kéo lộn, thắt gút, tai ương bất ngờ

nguyên hình bản chất non tơ
dục tất chỉ đạt khù khờ rõ thôi
lạ kỳ không chịu thảnh thơi
láu táu như sợ hụt hơi rầy rà

hẹn hò em ở ngã ba
không nhìn cũng thấy vậy mà bàn tay
trở chứng gì bỗng loay hoay
hụt đến cả chục giây may mắn chờ

cảm ơn hồn vía bài thơ
vẫn đợi thi sĩ thảo tờ tình mê
rừng thiêng mật ngọt theo về
hoa thi nở sáng bốn bề liêu trai

4g04, 20-10-2021.

LINH CẢM

em lưng tóc xem ra chừng có tuổi
tháng năm nào ưu ái mấy ai đâu
dẫu yểu điệu thuyền quyên hay thục nữ
hạnh phúc bao nhiêu cũng có ưu sầu

ta không rõ em buồn ra sao cả
nhưng mỗi lần em khóc tận đâu đâu
cũng linh cảm nhận lờ mờ nguồn gốc
từ chính tim ta thao thức niềm đau

em mỹ nữ giàu lòng nhưng vô ý?
rất bàng quan chuyện vơ vẩn đời thường
dẫu chính em đôi lần cùng lẩn thẩn
với giọt tình lấp lánh nụ hoa sương

mầm kỷ niệm trong ta không phát triển
nhưng tinh khôi hồn vía vẫn y nguyên
em thì khác chẳng hơn gì vết bụi
vụng chân tha [1], hời hợt hóa vô duyên

khói còn đọng huống chi là rác bụi
tình mong manh ta lưu giữ ngậm ngùi
đủ cảm biết mỗi khi em ấm lạnh
từ chân trời góc bể chuyển thành hơi

ta yêu quý cái ta còn ngớ ngẩn
chẳng phải vì bất chợt vịn hờ em
dù dung nạp nhiều trái tim tương tự
thấm đủ nhói đau về mỗi em riêng

4.29 AM-07.12.2016

(1): động từ, mang đi

HÌNH NHƯ LÀ CÓ NHỚ

nhớ
thì có nhớ
            đôi khi
nhưng chưa rõ lắm
nhớ gì,
những đâu?
chưa lần đầu, chẳng lần sau
nhưng nhớ
vẫn nhớ
lâu lâu mỉm cười
tình vui ở chỗ chưa vui
tình buồn ở chỗ chưa luồn chỉ kim

sáng ra
luôn ngộ con chim
sửng-cồ gân cổ
ngóng tìm tứ tung

hình như
chẳng nhớ chi hung
không chừng tiềm ẩn
mông lung mơ hồ

chưa thể gọi được là thơ
nếu chưa ai góp vốn vào làm chung

01g20| sáng 30-12-2020

LO GẦN

đất không vui, trời chẳng buồn
còn tôi chừ đã như tuồng vô tri
môi lười biếng cả mỉm chi
mắt hờ hững ngó em đi chao đời

ngạc nhiên, em liếc xéo chơi
lòng bâng khuâng gặp con ruồi xanh khô
có tưởng tượng chăng nấm mồ?
thi sĩ chưa có câu thơ gối đầu

không chừng em viết mươi câu
tiễn người còn thở về đâu cứ về
bao la vũ trụ là quê
cuối cùng hay có cõi mê khác nào?

với tôi đâu cũng chẳng sao
miễn ở nơi đó ngọt ngào nữ hương
ra đi thương tiếc hơn buồn
sợ quên mùi cái lòng giường ngấm em

NHỚ

chẳng nhớ chi nhiều em tình tôi
những đường chỉ nhỏ ở làn môi
khi hôn đã nối vào tiềm thức
mạch sống của nhau nhập một đời

chẳng nhớ chi nhiều em của thơ
chữ trong câu viết em ngấm vào
tinh hoa xuân sắc tình em nở
tôi thở tự nhiên đủ dạt dào

chẳng nhớ chi nhiều em hiến dâng
chúng ta đều đã cùng phân thân
gởi vào nhau hết phần tinh túy
hồn có tơ tình hồn máu gân

chẳng nhớ chi nhiều em hẳn nhiên
bởi em vốn đã thịt da liền
cùng ta một khối tình miên viễn
ta chẳng lúc nào thiếu vắng em

NGỢI CA SẮC NỮ - 1

hơn xa tiên nữ trên trời
cổ cao chân thẳng ngời ngời vóc sen
ta nằm phà khói tắm trăng
ấm hơi rượu ngộ em giăng tình gần

vai thon trần ngực trắng ngần
chạm mạch thơ chợt bần thần ngượng tay
hương không trung hương cỏ cây
hương huyền bí lạ bủa vây đất trời

ngộ mùi tinh khiết mắt môi
của linh hiển cõi, của nơi thánh thần
hồn trần tục ta lâng lâng
chìm vào lớp lớp phù vân mơ màng

2014 LSH

NGỢI CA SẮC NỮ - 2

em không là mây thong dong
dù tóc đuôi ngựa bềnh bồng gió bay
sợi cong ấm những vòng quay
sợi thẳng xanh mướt chùm dây tơ tình

em không thể gọi là xinh
"chim sa cá lặn" thường tình như ai
em là sắc nữ không ngai
tim ta đúng chỗ đựng hài em thơm

chân thân trần thơ bọc son
em đi phát những nụ hôn nuôi đời
ví em con ngựa nhà trời
là vô lễ của những người vô tâm

đa tình thường trộn đa dâm
quý từng ngọn tóc sợi nồng hương thiêng
trang thơ một cõi dành riêng
xin trồng sắc nữ tâm thiền nghiệp ta

2014 LSH – 2021 LH

MANH NHA TỪ SÁCH VỞ

chuyện trái tim lạ lùng kỳ diệu lắm
suy không cùng và nghĩ cũng không ra
ta đường nét thanh xuân ngời thi ảnh
nhưng dường như em loáng thoáng lướt qua

trong khi đó bạn ta bờ bụi quá
cũng xuân xanh nhưng tỏa khí chất già
khác biệt vậy mắt lòng em thật lạ
đã như tuồng ngả mũ đợi thiết tha

may một chút tình ta chưa bén rễ
lãng mạn thường tình đường mắt vẩn vơ
không đậu chưa bay nơi em rực rỡ
đôi chút đong đưa để biết hững hờ

chẳng tức giận nhưng ganh chừng như có
không vì tình vì danh dự con trai
ta tự nghĩ ra, tự làm ta nhăn nhó
hoài nghi mình rõ chưa được hơn ai

tình chưa ngỏ kịp thời ta lãng đãng
nhìn thêm ra những bóng mát quanh mình
và để ngộ đôi lần em mắt háy
ngờ cùng vui giữa rạng-đám xinh xinh

yêu và nhớ không học từ sách vở
nhưng rõ ràng nguồn mạch thuở học sinh
nhập tâm sớm dòng thi ca tiền chiến
chóng lớn khôn ta tự tập thất tình

bứt giai đoạn nên chi luôn bầm dập
có em ngờ ta quá lứa trai non
có em nghi ta là thằng cà chớn
tệ nhất chính ta lo thiếu tâm hồn

đời thơ thẩn dính liền đời trai-gái
trong đoạn đầu chọn ghép chữ ta chơi
thật may phước không em nào cư trú
lâu trong lòng nên phong phú một đời

MỜI TÌNH

người ta mời rượu mời trà
mời điếu thuốc ấm mời cà phê ngon
ta mời em nụ môi hôn
bốn cánh tay khít vòng ôm nồng nàn

ta mời em trải hân hoan
vào tế bào nhập điệu đàn ái ân
ta mời ma quỷ thánh thần
cho nhau tất cả xác thân tâm hồn

ta mời thơ thẩn đa ngôn
mà chung quy chẳng chi hơn thâm tình
mời em mời cả chính mình
sống đời ngang ngửa thần linh thượng thừa

MỘT ĐỜI TÌNH SUÔNG

nghiêm túc vào vai cán sự rồi
đi làm vẫn còn ngỡ đi chơi
ta hay đến sớm nhìn đồng nghiệp
lần lượt đến chào nhau rất vui

để ý em từ khi đổi ra
chi nhánh buồn thiu khá xa nhà
một mình một ngựa vô cùng thú
nhất là ngộ em nhìn rất là

một chút tự cao đoan chính nghiêm
một chút vô tư một chút hiền
ngây thơ cũng có còn đôi nét
tất cả dồn chung thật hữu duyên

ta cấp trên em mới ra trường
tay nghề thú thật còn khiêm nhường
đôi khi đoán biết em ngờ vực
nhưng nhẫn nhịn vui thật dễ thương

lâu lắc thì không, chỉ nửa năm
hình như hai đứa mến nhau ngầm
ta vài lần đến tiệm hoa nhỏ
rồi bước trở ra đôi tay không

chưa kịp tỏ lòng đổi chủ ngang
như quân chưa đánh đã tan hàng
em lo di tản ta lo trốn
thôi cũng đời tình thật dịu dàng

PHÂN BÌ

con gái liếc tình con trai
môi cười mời gọi ít ai quở gì
tội cho đám trẻ tu mi
trầm trồ, ngó lén... bị quy tội liền

đưa tình - nữ, nét hữu duyên
ngưỡng mộ - nam, bị đời nguyền rủa ngay
khôn khéo em kín đáo bày
ta nông nổi vụng mất ngay-thẳng lòng

hợp nhãn bắc cầu cảm thông
em chờ ta chủ động thòng dây tơ
dư tìm thiếu bổ sung vào
trời sinh vậy thành dật dờ nịnh em

nhưng trong đồng lõa bóng đêm
ai thật sự mới nắm quyền chỉ huy
điểm này khỏi phải phân bì
ăn khớp trong cả nhịp đi bước về

22.49 - 12.9.2017

RA GIÁ

nếu tặng em
một bài thơ
môi anh sẽ được chạm sơ trên đầu

nếu muốn hôn sâu mắt nâu
phải trân trọng nạp
bài cầu hôn vui

nếu muốn môi ngấm lưỡi môi
sẵn sàng sính lễ
trói đời vào nhau

điều kiện em chẳng khó đâu
nhưng có đoan chắc trước sau giữ lời

nghe em treo giá
tình người
ta thừa cả đống thơ trời ơi thơm

đổi thơ để ngọt môi hôn
dại gì không gắng thả hồn vào thơ

NGHỆ THUẬT TÁN TỤNG

nịnh gái khá đơn giản
tán tụng là điểm chung
tùy tài hoa văn hóa
cùng già dặn khử trùng

tôi thường quen tụng trước
để thuận đường tán em
tụng cả lời lẫn chữ
độc nhất thuần kinh tình

pho kinh này tự viết
với cả mớ linh tinh
suy tư trộn tình cảm
độc đáo của riêng mình

nguyên liệu rắc rối ấy
tụng bất kể giấc giờ
không cần em hiện diện
cứ tụng vào hư vô

dù em là mục đích
chính yếu vẫn là thơ
mới đạt đạo rốt ráo
tình nhập người mình thờ

xin đừng quên nghệ thuật
nịnh tán gái thành công
dở hay ở khéo tụng
tự mình nghe thơm lòng

đối tượng yêu phủi áo
thất bại vẫn lung linh
đã thành công một nửa
mình được thú thất tình.
6g03, 10-10-2021

SAU KHI TRĂNG LẶN

chờ trăng, trăng đã lặn rồi
em đi đâu mất bồi hồi ngó ra
chả thấy chi, chỉ thấy ta
hỏi thầm đầu gối trong da có gì?

chỉ có ta, chả có chi
đặt lưng nằm xuống vu vi gió trời
không gian nhòe những sợi hơi
sợi ta đóng góp đang trôi dập dềnh

trăng lặn đã vắng bóng em
tay trống đầu rỗng lòng chênh vênh buồn
hụt cơ hội tỏ yêu thương
như Vân Tiên của dân thường nói chơi
(không phải nhân vật của người
sáng áng văn sống muôn đời cùng dân)

3g02, 30-9-2020

MÙI HƯƠNG

đêm nằm cao hứng đánh hơi
thân em ngà ngọc mỗi nơi mỗi mùi
dù quen thuộc cả một đời
khó lầm từng khoảnh ngọt bùi khác nhau

nơi thoang thoảng tỏa hương cau
nơi dai dẳng đậm dài lâu nồng nàn
nơi gây mê thật nhẹ nhàng
nơi đánh thức những cơ quan yêu đời

thơ không tả nổi nguồn hơi
càng thật càng tầm bậy rồi hay sao
đêm nằm mở mắt chiêm bao
chờ mùi hương chuyển dạ thơ trong hồn

và khi tuyệt đỉnh cô đơn
em trong chữ nghĩa vuông tròn từng câu
mùi hương quả thật nhiệm mầu
nuôi ta đậm nhạt sắc màu trường sinh.

6g12, 08-9-2021

THƠ TÌNH HỒNG

quần lót mảnh như sợi dây
mặc cho em xong, chia tay ra về
người thông minh sao u mê
lần nào tròng cũng lộn bề của em

chuyện ba trời này không nên
cho mang vần chọc người xem bực mình
tại tôi bản tính nghiêm minh
thơ tình thứ thiệt cần tinh vi nhiều

*

"faire l'amour" gốc tình yêu
"thiên kinh địa nghĩa" giáo điều tự nhiên
tâm lành nên tôi rất hiền
có chi trong bụng khai liền cùng thơ

không thiếu người khen khù khờ
chưa dư người quở hồ đồ dở hơi
hoan hô cuộc sống giữ tôi
thăng bằng ngồi giữa buồn vui đời thường

8g04, 27-10-2021

RỜ VÀ SỜ

người miền bắc tinh tế
chữ dùng thật lung linh
tôi quảng nam thực tế
dùng chữ cũng tài tình

một ví dụ cụ thể
hai động từ rờ sờ
cùng ngữ âm đồng nghĩa
(chạm vào một nơi nào)

có một món quý lạ
dùng từ sờ không hay
dùng rờ mới lột tả
cái sướng của bàn tay.

vì thơ tôi nghĩ trật
bỏ lỗi giùm nếu sai
đội đồng tuổi cả gật
cười cho đỡ thở dài

7g11, 17-10-2021

NGƯỜI LƯỚT HONDA TRONG PHỐ NHỎ

phố nhỏ buồn nghiêng nắng quá trưa
honda-dame lượn ngỡ như vừa
trải em ra phố trong tầm ngắm
ngưỡng mộ người mong được đón đưa

quán hẹp bàn một mình đã quen
môi đăng đắng ngấm cà phê đen
ngó theo dáng chạy như đường vẽ
một thoáng tình vui vừa thắp lên

chắc chẳng mình ta chú ý đâu
cả thành phố chỉ một mái đầu
thả tung mái tóc lồng theo gió
say tốc độ quên phải đến đâu

em hẳn nhiên là một tiểu thư
con nhà khá giả rất vô tư
tan trường thích chạy vài vòng phố
vui được độc quyền một thú chơi

ta bỗng mơ hồ thấy thoáng qua
người tình ta đó, chạy honda
bờ vai quen quá, lưng thân quá
ừ đã mê nhau nhưng đã xa.

30-10-2021, 6g40

CUỘC TÌNH Ở CỐ ĐÔ

Huế xa quá, ngàn trùng xa, vời vợi
khoảng cách bao nhiêu cũng chẳng cần tường
chỉ biết xa theo nghĩa từ xa lắc
nghĩa là xa hơn cả nỗi nhớ thương

bởi thương nhớ tùy theo từng người một
dân địa phương dân tứ xứ định cư
những gắn bó càng lâu tình càng đậm
bỗng buộc lòng xa cách nặng ưu tư

*

tôi ở Huế một thời không dài lắm
vừa đủ ngày trai-gái [1] với một em
vừa đủ để cho em nghe và hiểu
giọng Quảng tôi đôi lúc cũng êm đềm

tôi nhớ rõ chưa nói từ thông dụng
giữa gái trai thời đã phải lòng nhau
dẫu ú ớ nhiều lần tôi cũng đọc
cho em nghe thơ thẩn mối tình đầu

*

mưa ở Huế mới là mưa đúng điệu
dài thênh thang buồn dằng dặc mang mang
được em hẹn ngồi chờ càng thấm thía
nhớ mênh mông trôi nổi những nồng nàn

không bày tỏ, bạo cầm tay, may được
hú cả hồn mừng hết lớn hôm tê
em chẳng hứ chẳng xì chi hết cả
vậy là đến đêm mơ đưa đón đi về

*

nhà ở trọ đến năm thằng quỷ sứ
hồ-tịnh-tâm một tôi dạo bâng quơ
có khi tựa hàng chè tàu lặng nhớ
em không qua bứt rứt phải làm thơ

yêu là vậy bỗng chia tay bất tử
bởi tình cờ gặp em đứng hôn ai
giận mất khôn tôi tức thì bỏ Huế
đổ dốc qua đèo như chạy trốn thiên tai

*

cuộc tình Huế đã hành tôi bầm dập
nhưng rồi quên, quên miết đến mậu thân
khi Huế chết bởi vài người tôi quen biết
nhớ trực em xưa, lòng nặng những bần thần

Huế vẫn Huế cho dù còn cục gạch
đất có hương vẫn tiếp tục ngát thơm
em áo trắng môi đắp môi thuở nọ
có còn ngang nhà sát hồ tịnh tâm?
4g42 11-11-2021

1. ngày nay thường gọi cặp bồ

TIỀN THẤT TÌNH

nhà em cổng kín tường cao
cầu may từng bữa ngó vào cửa ngăn
không bỏ sót những đêm trăng
có nguyệt vẫn vắng chị hằng tôi mê

bâng khuâng buồn bước lui về
bịn rịn ngó mái nhà kề ngọn cây
ngày nắng còn gặp chim bay
đêm lờ mờ nặng bóng mây hững hờ

qua nhà xong về làm thơ
đa phần tưởng tượng em chờ liếc ngang
hồn chữ nghĩa thiếu nồng nàn
phỉnh mình ngụy tạo làm sang khoe đời

em nằm nhà có lạt môi
thuộc bài xong có thường ngồi vẩn vơ
ta từng mời em vào thơ
không biết em đã lần nào đọc chưa

tường cao cổng kín lòng chừa
một khoảnh trống nhỏ ngó mưa nắng trời
ta mong dịp đột nhập ngồi
ngắm cho thật rõ dáng người của thơ

NƠI EM CHỖ ĐÁNG NGỢI CA

thân thể em chia ba phần:
ngực
mông
và chỗ mênh mông đất trời

ba miền thánh địa
dưỡng hơi
tu tâm
rèn tính
cuộc đời tuyệt hơn

dĩ nhiên cộng với tâm hồn
thành thật giản dị trắng trong nồng nàn
để thành tuyệt sắc dung nhan
khó không khó chẳng dễ dàng lắm đâu

thân tình khuyên em một câu
lạc quan
nhìn trước ngó sau đàng hoàng
tôi nào dám nói ba lơn
chỉ đọc ý nghĩ
chung chung mọi người
rút tỉa vốn liếng yêu đời
tôi tin
"sự thật mười mươi"
ai thấy tôi trật
nặng lời
được thôi

đó là vốn liếng yêu đời
kiếp sau may được làm người mới tinh
và sẽ lặp lại điều mình
ngợi ca
ba cõi
em xinh tặng đời

nhớ học thuộc lòng đọc chơi
mỗi khi tán gái ngọng lời tình thơ
có thể áp dụng bây giờ
rủi bị cái tát
càng
thao thức tình
4g41, 03-10-2020

NGƯỜI NỮ VÀ HỌA PHẨM

với người nữ, mắt nhìn không hề chán
bởi quý nương luôn là những bức tranh
đủ cổ điển truyền thần cùng trừu tượng
lập thể chi chi... hồn vía cũng lành

mỗi người nữ chính danh là họa phẩm
đường nét sắc màu hài hòa cân phân
sàng sàng như nhau mọi phần bố cục
tất cả mang danh xứng đáng mỹ nhân

*

ta nhìn ngắm nghĩa là ta thưởng ngoạn
nghệ thuật tạo hình sáng tác dung nhan
từ khuôn mặt qua dần từng vóc dáng
tạo hóa là người họa sĩ điểm trang

trước họa phẩm mắt nhìn không có tuổi
tranh và người không chênh lệch thời gian
người và tranh đâu ai chia già trẻ
nhìn dung nhan phải được nhìn thả giàn

*

đâu cần ngại vì đời cao tuổi quá
giữa đám đông giữ đạo mạo, rập rình
hãy nhìn ngắm y như nhìn bảo vật
một cách tạ trời cùng cha mẹ sinh

đã không ớn dĩ nhiên ta không sợ
lòng sạch trơn sao phải ngại điều chi
mười tám đôi mươi xuân thì phơi phới
ba bốn năm mươi đậm nét cổ thi

ta tình thật không phải là liều mạng
(mạng ta bằng vàng dại dột chi liều)
tình mê gái ngang ngang yêu nghệ thuật
ngẫm không thua các danh họa bao nhiêu

ai họa sĩ không vẽ qua thiếu nữ
ai làm thơ không ngợi ca mỹ nhân
tự cảm biết ta đam mê nhiều thứ
bởi nữ nhi là nguồn gốc nguyên nhân

mỗi phụ nữ đều là một người mẫu
và mỗi người đều là thơ là tranh
viết chưa đạt, vẽ vời chưa khởi sắc
lỗi ở yêu, trân quý kém chân thành

đời sắp cạn riêng ta luôn tự hứa
cải thiện cao dần trình độ yêu em
lòng ngưỡng mộ luôn đi kèm cung kính
người nữ trong đời vốn là thần linh.

4g23- 08-10-2020

MÙI HOA BÊN CỬA

mùa hè không thể quên hoa
hoa thật hoa giả hoa là tên em
hoa từ cây đứng trước thềm
hoa còn ngủ nướng sau đêm mặn nồng

nắng mai gõ lên kính trong
ta đẩy cửa sổ mở lòng ra luôn
không gian tràn ngập mùi hương
từ bàn viết ngó góc đường xe qua

trầm ngâm tìm mãi không ra
chữ tả chính xác mùi hoa đang nồng
thức em dậy bằng nụ hôn
hỏi người cùng kiếp hoa, mong mách giùm

nũng nịu em bảo rằng đừng
khù khờ tìm hiểu hương từng loại hoa
hoa như mỹ nữ ngọc ngà
khỏi cần phân tích rườm rà ra sao

nhẹ nhàng hôn em đi nào
hôn như là đọc ca dao ấy mà
thực hành thử chợt ngẫm ra
hương tình yêu giống hương hoa vô cùng...

5.34 - 08.9.2017

NÀNG THƠ

gọi em là nàng thơ
nghĩa là thơ giống cái
giống đực ở chỗ mô
sống trong ta tự tại?

ta có nhiều nàng thơ
hầu hết tuổi con gái
nhưng sồn sồn không sao
biết yêu ta sống mãi

em chậm chân, đừng lo
tim ta còn rộng chỗ
hãy cứ là nàng thơ
cho ta vào ở đợ

yêu và yêu thế thôi
yêu ra sao tùy ý
ngôn ngữ là chỗ ngồi
nhưng tim ta mái đựng

MẮC TỊT

tôi cả đời không nói
lần nào "anh yêu em"
chỉ tỏ tình - không giỏi
qua vần vè lem nhem

thời mới lớn nhút nhát
gặp gái cứ sững chừng
thân bỏ hồn đi lạc
khờ bị ngờ dửng dưng

và khi trời ngó lại
không cho tình vắt vai
tặng ngay tình ôm ngủ
đủ xơ múi trả bài

*

đa tình tôi, thứ một
đa dâm tôi, thứ hai
thứ một, yêu em tốt
thứ hai, giữ em hoài

ngày nay già lụn bại
xuống cấp đều cả hai
thơ thẩn nuôi đôi lúc
cũng gọi là lai rai

nhưng có điều đã nói
"anh yêu em" ngon lành
trước mặt đám con cái
dịp chúng chúc ngày sanh

ôi cái chuyện mắc tịt
xưa dễ thương vô cùng
nay dễ thương hết sức
như bài thơ không cùng

7g34, 22-11-2021

MÂY MƯA

chái ngoài tiếng gió nhặt thưa
tối sụp mặt đất mây mưa đầy trời
giường vừa một cặp em tôi
chưa ngủ buồn miệng hôn môi tận tình

vách tường treo bóng lung linh
từ ngọn đèn rọi u minh chập chờn
trời quăng tia chớp qua song
nạt nộ điệp khúc dài thòng thị uy

tôi em hết biết sợ gì
tiếng sét ngỡ giọng thầm thì nhạc vang
lâng lâng cảm nhận nước tràn
hồn không ẩm ướt mà man dại lòng

xuân hè tiếp nối thu đông
mây mưa phơi phới nở bông nước tình
nhịp đời sóng sánh thủy tinh
mưa mây mưa gió chung tình nhân gian

NHÃN LỰC

giả nai
bữa nọ em cười
lạng ngang tôi
ngó
tiêu đời con trai

nhãn lực em
lưỡi sắt dài
trườn ra móc xách hồn tài tử tôi
một giây nhói buốt
để đời
mê man tê dại
thành người biết yêu

ĐÔI TẰM EM ĐEO

đôi tằm thuở nhỏ em đeo
giống một đoạn chỉ tong teo lòng thòng
dường như không bao giờ cong
dù luôn động đậy thong dong nhịp nhàng

tai em xinh cánh bèo vàng
tạo hóa khéo léo điểm trang cho người
và người tạo thêm tinh khôi
bằng những trang sức tuyệt vời nở hoa

vành tai thiếu nữ mượt mà
sắc không hương thừa đậm đà dung nhan
đôi tằm thuở tuổi nụ lan
khác đôi tằm sắp làm hoàng hậu ai

ta từng kín đáo ngắm tai
ai đeo lát chiếu rồi ai đeo tằm
hình ảnh đẹp thuộc nằm lòng
buồn chưa viết nổi đôi dòng ngợi ca

đôi tằm em đeo hôm qua
không sang vẫn đẹp như là ngày xưa
không khen cũng đã thấy thừa
mà ba hoa mấy cũng chưa hết lòng

cảm ơn em cùng đôi tằm
nuôi dòng tình cảm ta trồng vụng tay
là có bằng chứng hôm nay
thêm một ngày ta có trời mây trong đời

22.12- 25.9.2017

CHẤP NHẬN

em dù thơm tiếng mỹ nhân
đã về riêng cõi chung thân ai rồi
ta nhìn cho vui mắt thôi
tuyệt nhiên không mộng trải đời nâng hoa

chào em, em của người ta
ta trân trọng quý kẻ qua tài mình
hận lòng nếu khó làm thinh
thì làm thơ giỡn linh tinh đỡ buồn

quý em kính nửa em luôn
cái tính ta vậy bất thường mà vui
tiếc nhớ bỏ hết rung đùi
tình thâm sâu lắng vô người là xong

không dám cố xoay mòng mòng
thành ra giả bộ mất lòng ai xưa
một lần thương tích khó chừa
thêm trăm vết cắt chẳng thừa nên chi

yêu rồi yêu liền tù tì
lấy sau bù trước chung quy vẫn là
hồ nghi ta thiếu thiết tha
lòng ta ai biết hơn ta nói cười

8,00, 31-10-2021

THẤT TÌNH TRƯỚC KHI BIẾT YÊU

thất tình khi chưa biết yêu
thói quen tôi thuở liêu xiêu điệu vần
thinh thích vớ vẩn bâng khuâng
mối tình khó thắp mỹ nhân qua đường

buồn buồn một cách dễ thương
đẹp như những cánh chuồn chuồn tìm hoa
nhởn nhơ vơ vẩn gần xa
loạng quạng bay, đậu chẳng tha thiết nhiều

thật tình chưa hẳn biết yêu
chưa biết nhận dạng nét kiều diễm sâu

từ vạt tóc đen phủ đầu?
từ hai gò má bầu bầu nắng hong?
từ mắt luôn đựng nước trong?
từ môi ẩn những đường hồng gân hoa?
từ cánh mũi thoảng thở ra
từ tim phổi nhẹ chan hòa chung quanh?

u u mê mê chưa rành
đúng ra còn sợ dữ lành chênh vênh:

cao cao ngực áo hai bên
ba-góc-tam-giác cộng thêm hồng chào
hết hồn như gặp chiêm bao
cố gắng lơ đãng mà sao nhập thần
cõi đầu giữa trường túc, nằm
vật chi lấp ló bất nhân lạ kỳ
nổi lặn theo nhịp chân đi
dạy đôi mắt dại hồ nghi, phỉnh mình

trời phú đôi mắt rập rình
khéo liếc chút xíu vô tình tội mang

bắt quả tang nhưng tội oan
chắc cũng có chút gian gian không chừa
làm sao cai tật khó ưa
nhiều lần ngồi giữa gió lùa suy tư

nhớ nhiều hơn buồn nên dư
vần vè sớm biết thay tôi thất tình

...

đất trời cây lá chứng minh
kể sai xin chịu thình lình chết ngay
ở tuổi tám chục thế này
làm thơ tình mượn hồn ngày thanh xuân

8g05phút, 13-8-2020

YÊU THỜI THẬP NIÊN SÁU MƯƠI

đang yêu bỗng có vấn đề
nổi cộm số một em chê cù lần
gần như không biết ga lăng
từ quen tới nhớ không bông tặng nào

chuyên môn rủ rê em vào
rạp chiếu bóng vắng coi đào xi nê
chuyện phim chẳng hiểu mô tê
ất giáp chi cả chỉ vân vê đùa

bàn tay nóng luôn phân bua
bài thơ mới viết còn chưa phơi lòng
luộm thuộm đến mấy chục dòng
dòng nào cũng ví như bông hèn gì...

cuộc tình đẹp nhờ mê ly
bỏ lãng mạn tình yếu đi chân tình
em tế nhị mãi làm thinh
anh hồ đồ ngỡ quy trình thông qua

cũng may muộn cũng hiểu ra
bó hoa bắt chước người ta rất hồng
bởi tên em tên loại bông
anh tinh tế vậy cảm thông hôn bù

EM TRÊN LƯNG NGỰA

thanh xuân ngựa trắng lên ngàn
gót em gõ xuống vạt hoàng lan thơm
lộng lẫy tóc tung cánh bờm
thân sung mãn lượn sóng dồn dập rung

mường tượng ta vẽ mông lung
lẳng lơ nắng đắp bờ lưng hững hờ
tay đưa lá biếc chạm vào
tim ta bật dậy câu thơ vụng về

chưa yêu chừng đã si mê
nhìn không gian tưởng em kề má hoa
lén hôn, nhắm chính tay ta
đang trăn trở trải thiết tha kín lòng

CÁI TÌNH

"cái tình là cái chi chi" [1]
thời xưa người hỏi thời ni tôi nhìn
từ "cái" vô cùng hiển linh
để nhắc đến, để gợi hình lá thơm
đẹp lành như một ổ rơm
thuần túy chân chất giản đơn quê mùa

cái tình liền với quan vua
cái tình dính với tôi-đòi thứ dân
từ hào hoa đến cù lần
cái tình là cái nợ nần trời ban
trắng đen đỏ đến da vàng
cùng chung hạnh phúc nồng nàn như nhau

cái tình sướng trước khổ sau
ca dao tục ngữ từ lâu nhắc chừng
trong khi phơi phới tưng bừng
mấy ai chợt biết ngập ngừng cho chăng
ít người không có thói quen
dính chùm một cục gió trăng yêu đời

cụ Nguyễn Công Trứ hơn người
mươi câu sáu tám thay lời danh ngôn
ngỡ như ta thán cái hồn
hóa ra ca ngợi cõi tồn sinh thôi
ông cụ đúng mực yêu đời
quan trường thơ thẩn chơi chơi nhẹ nhàng

1. cái tình là cái chi chi
dẫu chi chi cũng chi chi với tình... Nguyễn Công Trứ

HOA HỒNG VÀ EM

quý bà tất cả là hoa
mỹ nhân được ví nôm na đóa hồng
em giống hoa hồng hay không?
tôi chưa tường, ngại bông lông thêu lời

thoáng nhìn em vẻ ngoài thôi
dám đâu vô phép vẽ vời ba hoa
diện mạo mỹ miều mặn mà
nét duyên dáng cộng nết na dịu dàng

em thật quý phái cao sang
phải là triệu loại hoa choàng vai thơm
mỗi hoa hồng hơi giản đơn
tuy rằng hương sắc hớp hồn người say

nựng hoa không chỉ bằng tay
bằng tâm bằng ý tỏ bày thành thơ
dù thơ thường rất vu vơ
mê một cõi nói mô mô không à

tôi xưa này vốn thật thà
kinh nghiệm eo hẹp thường là ưu tư
tưởng tượng suy diễn lu bù
ngợi ca em bằng cảm giác mù thực thi

em là thơ cũng được đi
là hoa hồng cũng chẳng gì là sai
"hoa hồng đẹp thường có gai"
người đời nói thật hẳn hoi rõ ràng

em là một đóa hồng nhan
gai trong lòng có cũng toàn gai tiên
tôi lười tu nên thiếu duyên
cuối đời chưa được tròn thiên hoa hồng

mỹ nhân ơi hỡi mỹ nhân
ngắm hoa dào dạt bâng khuâng thế nào
không cầm lòng viết ca dao
xin đời bỏ lỗi tào lao trải lòng

19.03 - 13.9.2017

HÔN MÔI

hôn tình nhân phải hôn môi
uống chất sinh tố trong hơi thở nồng
răng lưỡi nước bọt chuyển dòng
tình người này nối thơm lòng người kia

đầu ngày nửa buổi giữa khuya
thời gian hôn chẳng phân chia lúc nào
nụ hôn đậm nhạt ra sao
kéo dài chớp nhoáng tùy vào ngẫu nhiên

thanh xuân hôn kiểu đã ghiền
trung niên hôn kiểu võ biền hành quân
bô lão hôn kiểu lừng khừng
mỗi thời mỗi lượng đời rung nhịp tình

*

tôi hôn từ thuở thư sinh
nối theo giai đoạn chiến chinh, kéo dài
qua thời co cụm sắn khoai
đến khi trôi nổi chen vai sống còn

vẫn một tinh thần có hồn
vẫn môi giữ lưỡi khai nồng đam mê
khi lúng túng lúc vụng về
khi sành sỏi lúc chỉnh tề tài hoa

người đồng hôn chẳng khai ra
tác dụng nồng độ thiết tha thế nào
nên viết chắc thiếu ngọt ngào
chưa rủ thêm được ai vào cuộc hôn

10g35, 14-11- 2021

TRAI GÁI TÌNH THƠ

yêu nhau đâu cần viết
vu vơ lời diễm tình
yêu nhau đâu cần ngắm
mình sống trong thơ tình

vậy mà không lẩn thẩn
nhớ viết điều linh tinh
cảm tưởng đời trống rỗng
mất cả người lẫn tình

ta chịu khó chép lại
cuộc tình ta trong đời
em hờ hững đọc lại
ngờ ngờ em một thời

thơ tình của trai gái
lẩm cẩm vụng dại khờ
giá trị những tồn tại
vĩnh viễn trong mơ hồ

chuyện qua mà không mất
ít nhất có hai người
luôn thấy được góc khuất
những mê dại cho đời

thơ là thơ, tự nó
có đời sống rất riêng
tình là tình, tự nó
có cuộc sống vô biên

05-11-2021

TRẺ, GIÀ

ta già ngay lúc mê em
già khi bốn mắt hai bên sững chừng
già gấp rút, già theo từng:
vẩn vơ, mộng tưởng, nhớ nhung, hao gầy...

nhưng tức thì trẻ lại ngay
khi được phép nắm bàn tay ngại ngần
khi má kề má lâng lâng
vụng về hồi hộp môi trầm ngậm môi

*

sau khi thành cặp đẹp đôi
trẻ, già có chút lôi thôi mỗi ngày
tùy sắc diện em đổi thay
ta trẻ khi ngộ mặt mày em vui
ta già khi em không cười
và già triệt để khi lười nằm chung

cũng may em giận có chừng
nên đâu hoàn đấy vẫn cùng trẻ măng
giàu mây mưa hưởng gió trăng
làm sao tróc được lớp men yêu đời

*

xin quyết chắc gọn một lời
vẫn trẻ khi chẳng bỏ chơi cuộc người
ta tin toàn thể cặp đôi
cũng đều như vậy nếu đời lạc quan

HỒN TÌNH THƠ CŨ

thở lại hơi thơ xưa rơ cũ rích
đã lỗi thời khá nhiều thập niên
tôi hoài cổ nên luôn tưởng tiếc
nhan sắc trôi xa hồn vía ngoan hiền

thơ muôn thuở luôn cùng người chung thở
có đôi phần ưu ái sắc hương thơm
những thi sĩ dẫu mở lòng rộng lớn
luôn có dành riêng một khoảnh tâm hồn

phòng triển lãm họa sĩ bày họa phẩm
thường "réservé" đôi bức riêng ai
trong thi ca, mỗi bài, không tranh lụa
cũng sơn dầu, màu nước lên ngai

sự ưu ái dành phần càng lộ nét
không ghi danh nhưng hồn mỗi nội dung
bóng dáng chủ nhân tạo tình thật rõ
và mỹ nhân thường là mẫu số chung

chớm tình ý với ai không thể nào lơ bút
chuyện trên trời dưới đất đổ về em
em muôn mặt trong sợi tình duy nhất
kéo trái tim người thi sĩ lênh đênh

yêu để lớn và rồi yêu để sống
ai cũng biết yêu tha thiết như nhau
nhưng nghệ sĩ có lá gan táo tợn
muốn thể hiện ra cụ thể nhiệm mầu

*

tôi từ nhỏ đã học đòi nhiều món
họa nhạc khởi đầu nhưng chẳng thơm tay
chọn món dễ, tôi thành tôi chơi chữ
may có tình em góp vốn trong này

điệu thơ cũ hôm nay tôi trở lại
vốn thật tình chưa hề bỏ tôi xa
như em vậy hỡi thanh xuân tình gái
vẫn ở trong tôi như thịt liền da

thơ tình ái riêng tôi thường vớ vẩn
chung mà riêng và ngược lại riêng chung
khi ngớ ngẩn là khi tôi vinh hiển
trôi linh tinh hồn vía thật vô cùng

hơi thơ cũ, cũ với ai, người đọc
nhưng riêng tôi vẫn mới rợi lạ kỳ
lòng già chát vẫn lặp đi lặp lại
thơ như tình yêu em chẳng thay đổi chút chi

12.2021

HƯƠNG YẾM

áo yếm đã là thơ
không cần vần vơ nữa
vóc dáng em là thơ
chẳng cần tô vẽ nữa

nếu "cầm lòng không đậu"
ngợi ca em điểm nào?
đâu mấy ai tối dạ
không mơ những đỉnh cao!

em bày ra chút ít
thu về từ bốn phương
những ao ước mộng mị
giúp em giàu sắc hương

riêng tôi người hư hỏng
bởi nhan sắc mỹ nhân
nhìn em tâm đã nhập
nét dung tục phàm trần

may là em nghệ thuật
làm kịp dịu tâm hồn
nhưng vẫn còn lãng đãng
một ít nhiều lâng lâng

6.24 AM- 08.12.2016

ÍCH KỶ

ta em như lá với hoa
tiếc rằng em của người ta mất rồi
làm thơ thương nhớ dở hơi
một cách trám chỗ rách nơi tim mình

có đủ hữu ý hữu tình
hiện lên chữ viết bóng hình thiết tha
si tình đúng kiểu phá nhà
của em và của cả ta vậy mà

lơ không được ghé không qua
dồn em vào cõi thi ca diễm tình
ngoại tình nào chẳng bất minh
em chỉ hãnh diện làm thinh thôi à?

dẫu gì ta cũng vì ta
yêu đúng theo điệu trăng hoa ngôn từ
dĩ nhiên nếu rủi em ừ
"trai trên gái dưới" [1] cũng hư tức thì

1,44AM-04.5.2017
(1) chữ của ông bà xưa đã dùng

KHEN

vợ mình đã quá đẹp
vợ người càng đẹp hơn
và ai chưa làm vợ
càng tăng thêm bội phần

tôi nói điều không phải?
không, chắc chắn là không
là nhận xét đa số
của quân tử đàn ông

và chính vợ tự nhận
thẳng thắn hay ngấm ngầm
nên em thành tuyệt hảo
vượt lên trên hết trơn.

KHI BIẾT TRAI GÁI

từ ngày biết trai gái
ta vụt khôn lớn liền
nhìn mắt em ta hiểu
vui lẫy hay dữ hiền

biết trai gái là biết
tự chăm bộ vó mình
áo quần giày nịt mũ
có cơ hội sáng hình

biết trai gái là biết
đợi chờ không nổi sùng
xuống nước lẫn chịu đựng
trong những dạo chơi chung

biết trai gái là biết
chiều dài mỗi đêm nằm
không đủ mộng, tưởng tượng
nhiều thứ luôn nhập tâm

biết trai gái là biết
lâng lâng những lạ lùng
thao thức những rạo rực
quấn quíu những nhớ nhung

biết trai gái là biết
sự khác biệt rõ ràng
tinh khôi của nam nữ
giảm ngơ ngáo chàng ràng

TRỐN

trốn đời
chắc phải tịnh ngôn

trốn đời
đừng ngó em còn ngon cơm

trốn đời
không cách nào hơn
vào quan tài đánh giấc tròn thiên thu

nhưng xin em
khép cổng tù
ngại trong tiềm thức thịt dư trở mình

6g01, 29-10-2021

CHẬP CHỜN CHÂN RỪNG

ngủ quên đầy giấc chân rừng
chim gọi, thức thấy em cùng bên ta
nắng đè nhánh cây la đà
thấy hai trứng sắp nở ra chích chòe

nhìn tổ chim lòng bỗng nghe
róc rách tiếng suối qua khe ngập ngừng
lờ mờ nhớ chuyện ngả lưng
mình đang tham dự hành quân đây mà

sao vắng phe địch phe ta
bốn bên đầy lá rừng già mông mênh
mặc quần lót lại cho em
lận lưng khẩu súng đứng lên, hiểu liền

một giấc mơ đẹp hồn nhiên
ngày "N một" bình yên đi càn
mỹ nhân nằm cạnh đã tan
chích chòe đổ giọng vui sang tiếng buồn

vướng mắc đâu đó mùi hương
vừa quen vừa lạ dễ thương vô cùng
ta hành quân em đi chung
đời quân ngũ mấy anh hùng như ta

VỪA THẬT VỪA HƯ CẤU

sủng hạnh em năm nọ
vội vã chỉ một lần
phôi pha cùng năm tháng
thỉnh thoảng vẫn bâng khuâng...

*

ôi cái đêm đóng-chốt
chặn chuyển lương địch quân
lính nằm quanh vườn trống
ta vào nhà ngả lưng

khuya rơi ánh trăng yếu
quờ quạng đụng chõng tre
biết em đang thao thức
ta tinh tế lắng nghe

"khởi đầu nan vạn sự"
không ngờ em nắm tay
đặt trúng vào "chỗ đặt"
điện giật nhíu lông mày

cõi tiên ông Mai Thảo
đã xuất thần đặt tên
mở lòng ta diện kiến
những linh hiển "miếu đền"

không gặp được thần thánh
mà gặp ngay quỷ ma
ngự trong ta xúi giục
năm đắp ánh nguyệt tà

chưa sáng ta lật đật
theo lệnh trên chuyển quân
không quên vùng xôi đậu
nhưng không có dịp dừng

chẳng thể là quả báo
ta đâu làm chi sai
không lâu sau lảo đảo
đền một khúc chân dài

hết thời chờ trúng số
được hậu đãi hồng nhan
đời phong lưu bay bướm
bất chợt chấm xuống hàng

vết thương từ mìn đạn
phơi mắt người rõ ràng
dấu tích lần lạng quạng
chỉ một ta hoang mang

hậu quả lần sủng hạnh
có nảy mầm của thơ?
quả-nhân ta hy vọng
chỉ rơi vào hư vô!
5g 55 | 31-8-2019

HƯƠNG VƯỜN MỒ CÔI

lẻ loi lạnh mái nhà tranh
vàng trăng đè ngỡ vạt hanh nắng trời
vòng đai vườn lính ngủ ngồi
võng hiên treo vắt vẻo tôi nghi ngờ

tịch mịch không gian đầy thơ
đôi ba ý vụn hững hờ im tan
phên tre xuyên ngọn đèn vàng
lộ hình dạng một dung nhan mượt mà

mắt lơ lòng chẳng bỏ qua
tôi bảo phải tắt đèn hai ba lần
em trong phên hẳn bần thần
tín hiệu nhắn gởi chắc cần thời gian

em gởi lời ra nhẹ nhàng
xin thêm ít phút sửa sang chỗ nằm
chẳng phải bất ngờ động tâm
tôi cho phép thắp nếu cần, không sao

đêm thật chẳng dài là bao
lưng cong theo võng tôi nao nao buồn
chỉ vậy thôi mà như tuồng
vườn này mỗi bận ghé thường có hương

TỎ TÌNH

theo thời nên học lóm
kiểu âu mỹ tỏ tình
một chân quỳ trang trọng
hai tay dâng trái tim

đang chuẩn bị xuống gối
chợt thấy bất thình lình
hình ảnh một tổng thống
sợ nhằm đinh thất kinh

trở về cách truyền thống
vai gần vai rập rình
bất thần hôn như thở
hơi đủ ấm má xinh

nếu em thuận, mắc cỡ
mắng yêu câu nhẹ nhàng
đứng xích ra một chút
mười ngón rộn ràng đan

nếu em không vừa ý
liền trợn mắt phùng mang
tiện tay cho cái tát
bất thần hiện rõ ràng

thật ra thời mới lớn
ta ngỡ lòng tài tình
tất cả nhờ cặp mắt
còn môi lưỡi làm thinh.

TỤNG HỒNG NHAN

tụng em một tràng kinh thơ
lời tình kết nụ dâng vào hư vô

tổng thể hình thức đỉnh cao
từ tóc khuôn mặt hồng hào tới chân
da trắng mịn không nổi gân
không ốm không mập cân phân tràn đầy

sức sống nuôi trọn đêm ngày
yêu đời hoạt bát dạn dày tinh khôn
thông minh giữ đẹp tâm hồn
bao dung từ ái yêu thương chan hòa

người nhận tình em có ta
tràng thơ này tụng em, tha thiết lòng
hạn chế câu chữ viển vông
vừa khung nhạc phổ mặn nồng dâng em

tràng kinh thơ tặng riêng em
nên xin nắn nót ký tên đàng hoàng

10-10-2021

TƯỢNG HÌNH

trông trời vẫn gặp mây hiền
lớp tròn lớp méo gắn liền cõi hoa
mắt nhìn hồn huyễn mộng ra
trăm hình nghìn ảnh vốn là một em

đa nguyên ý thức hệ nền
tảng nhung nhớ của tình lên xuống đều
trái tim nhểu giọt trong veo
hở gió đậm đục vui gieo tiếng tình

hiển linh linh hiển hiển linh
nhị nguyên vật thể ý triền miên chung
thần thơ như đã treo mùng
tối hù tiếng muỗi hòa cùng giọng vui

chân lý nói tới nói lui
cái tình mấu chốt làm người tự nhiên
trông trời vẫn gặp mây hiền
ngỡ gần mà thật vô biên ngút ngàn

MÊ 2

tôi không mê gái, chỉ mê tình
thích cái chi chi thật hiển linh
hình như hồi nhỏ không biết rõ
chừ tóc muối tiêu chưa lộ hình

nhớ nhớ như mê đôi mắt liếc
mê đường chỉ môi hồng hồng thơm
mê má lụa mềm như giấy quyến
mê vóc dịu dàng nét liễu cong

những nét xinh xinh trên mới nửa
tổng thể tuyệt vời của mỹ nhân
lòng non chưa đủ tình cảm nhận
linh diệu thiêng liêng của tinh thần

NGƯỜI ĐI NGANG QUA NGÕ

không cố ý quan sát em
tại em thư thái êm đềm đi ngang
thôi đành, tôi chịu hàm oan
ngồi tha hồ ngó dung-nhan-bình-thường

nằm giữa giàn đẹp xương sườn
sống lưng em thẳng chợt dường như cong
em đi đựng nặng trong lòng
vui hơn buồn có phải không hay là...

ta cố nhìn, không nhận ra
thì thôi bỏ trớt ngắm qua mông đùi
gối bông đủ một cặp đôi
nếu đầu được đặt dòng hơi thở đều

đương nhiên sẽ ngủ một lèo
hết mộng cạn mị vốn đeo nặng lòng
đùi tròn mềm mại chân thon
bàn nghiêng bởi gót cao hơn ngón hồng

tả em vậy, kể như xong
không rõ mặt mũi nên không vẽ gì
thôi nói đại rất nhu mì
bởi em kín đáo xiêm y đề huề

tôi làm thơ chẳng ai thuê
có hứng thì viết mải mê quen rồi
không hứng cũng viết đó thôi
cảm ơn em đã tặng mồi lửa thiêng

thơ tôi thiền một cách riêng
tại đời không thấy thành huyên thuyên và

gật gù xem tôi ba hoa
dù tôi ruột để ngoài da phơi hoài
em chưa biết tôi là ai
mai mốt có biết nhớ dai không chừng

chúng ta có một điểm chung
mỗi bên đều thiếu nồi vung ấy mà
ngày mai em còn đi qua
chắc chắn tôi sẽ làm ma đón đường

tặng cho em một chữ thương
chữ yêu sau đón tặng luôn gọn gàng
tôi không ngay nhưng chẳng gian
mời em làm tạm bà hoàng của thơ

THƠ CẤM NHIỀU NGƯỜI

yêu trong bóng tối câm câm
nồng nàn nhờ cậy đa phần bàn tay
chỗ này cánh vai sen đầy
gần đến cái chỗ ban ngày liếc qua

từ từ cõi lõm cuống hoa
phần đầu mầm sống sinh ra đoạn lìa
lửa đâu hơi ngún từng tia
hồng nội tuyến ngọn mộ bia phát thần

loanh quanh bịn rịn xoay vần
trung tâm tạo hóa mở dần càn khôn
cõi xa nhất của người trần
hóa ra là cái cõi âm cận kề

thông tuệ mấy cũng u mê
đông tây ngang dọc dồn về một phương
mọi phi thường đều bình thường
linh thiêng ai bảo tầm thường dở hơi?

thơ đi từ cõi rất người
thi ca sống lạc ngoài đời bay cao?
tôi không thi sĩ, làm thơ
không màng lắm chuyện lấn vào tạp danh

lâu ngày ngậm châu nhả thanh
bây giờ ngộ được tôi thành chính tôi...

LÚ

nói không mê gái hình như xạo
bởi trong nhi nữ chứa chan tình
càng ngắm càng mê càng kỳ bí
nữ nhân nhan sắc là thần linh

trước giống đẹp này, đâu thể trách
tôi thời ngơ ngác thuở mười hai
mất hồn một phút đành đi miết
sau lưng thơm phức cánh lưng dài

tôi thuở mười hai, em thấy đó
rõ ràng phơi phới nét con trai
đâu biết u mê lâu quá vậy
đến tuổi này còn lú dài dài

VẼ EM LÀ VẼ CÕI THƠ

em qua thơ ta vẽ vời
bằng tình ngọn bút ngấm hơi hoang đàng
giàu gợi cảm tuyệt dung nhan
lộng lẫy vượt những đài trang dập dìu

đứng trên khả ái mỹ miều
hơn hẳn cốt cách Thúy Kiều Thúy Vân
dù khoái khuynh hướng tả chân
ta không cần phải phơi trần vóc em

tình quý kính ta tạo nên
một vương hậu mới không tên tuổi đời
đẹp không cần dùng son môi
sang không mỹ phẩm thân người vẫn thơm

sương tinh khiết là tâm hồn
mưa trong suốt là em trong cõi người
em nguyên bản của buồn vui
tình hận sinh diệt tùy đời thấp cao

căn bản em không là thơ
mà là một cõi ngọt ngào thi ca
chân dung em đích thực là
hồn mỗi người biết yêu và thờ em

VỀ MỘT CÁNH LƯNG HOA HỒNG

cánh lưng này đựng nụ cười
chứa những cặp mắt buồn vui một thời
tôi nhìn thấp thoáng bóng tôi
chìm sâu vào khắp thân người mỹ nhân

chẳng thông minh không ngu đần
hạnh phúc làm gã cù lần đến nay
tạ người không biết không hay
không trách không mắng sợi mây lưng trời

tôi đang bước ngược về nơi
hồn chìm trong cõi đất trời thương yêu
ơn người không ít không nhiều
vừa đủ sống chết sớm chiều vẫn vơ

cánh lưng ngày ấy bây giờ
của hoa hồng của dòng thơ vụng về
vẫn còn đầy đủ u mê
chong trong tiếng nói đời ê ẩm buồn

cuộc đời nhờ những vết thương
tình vơ vẩn thắp luôn luôn sáng hoài
cánh lưng vang tiếng thở dài
nhớ tiếc xuân sắc trang đài thuyền quyên

ngẫm ra mình tôi có duyên
nghe được tim đập bình yên lưng người

*

có thể mọi người lầm tôi
lầm thơ hay nói khơi khơi chánh tà
nhưng mình đâu thể nhầm ta
mừng hoa mãi mãi là hoa hồng buồn

đôi mắt xưa đọng nguồn sương
cánh lưng chừ cõi vô thường sót hương

sớm mai 25.11.2016

XẢO NGÔN

ngắm nhìn những vị sao xa
để đến mục đích quanh ta mỗi ngày
nhớ em ngoài tận chân mây
để yêu tha thiết người ngay bên mình

vớ vẩn nhưng đúng là kinh
sáng nay tôi bóc lòng mình đọc ra
với bạn có thể ba hoa
với tôi tâm niệm thiết tha trong đời

tôi sống nghiêm túc như chơi
trong tôi luôn ấm tình người tình tôi
không chuông mõ vọng bên trời
chỉ nhịp tim đập theo hơi thở đều

mời em lòng dạ trong veo
làm đệ tử ruột giúp gieo hương tình
thơ tình thành một pho kinh.

2.53AM-03.9.2016

LỨA ĐÔI XUÂN TÌNH

"trai trên gái dưới" vốn là
câu phán xét của ông bà ta xưa
mỉa mai chê trách mây mưa
bụi bờ bất chính khi chưa tác thành

theo bước đời phủ chiến tranh
tam tòng tứ đức mong manh bóng chiều
cuộc sống đậm đặc tình yêu
đề cập tình dục hơi nhiều hơn xưa

trẻ, dục hơn tình, thành ranh
già, tình thua dục, râu xanh tên chàng
đôi chút lỗi ở hồng nhan
lẳng lơ, mất nết… nhẹ nhàng thế thôi

*

"trai trên gái dưới" đủ đôi
như hai câu đối cuộc đời cân phân
tôi chưa kịp làm trai tân
đã qua ngưỡng cửa thường nhân bất ngờ

thơ ngây vẫn rất ngây thơ
mất bớt chút ít khù khờ trẻ con
bỗng nhiên chữ viết có hồn
sáng hẳn ra nước cùng non đề huề

trân trọng gom in chỉnh tề
thành văn bản chuyện hẹn thề gái trai
mừng đời trai gái dài dài
không luận tiểu tốt anh tài nơi đây

BẤT HỦ

lù đù ngơ ngáo thinh thinh
cái tôi của thuở rập rình mỹ nhân
em hoảng hồn chê cù lần
không nhìn ra gã thi nhân tập tò

mê em nghiện chuyện làm thơ
hành tội con chữ đến trơ xác phàm
ngọng nghịu lặp lời nhân gian
vẫn mơ làm được họ hàng cụ Du

mắt sáng trưng lòng đui mù
nhìn em gặp đủ xuân thu đông hè
từng phân da thịt thả che
thấy tường tận hiểu và nghe rõ ràng

lành nghề phán đoán luận bàn
làm như em đã thơm bàn tay hư
tiểu thư gặp phải hoang thư
khó không bay bổng viễn du lưng trời

em đã dám chê còn bồi
thêm mấy cái háy nên đời tôi tiêu
với những cái háy tuyệt chiêu
giúp tôi bất hủ, yêu nhiều người hơn

6.01 AM- 21.12.2016

VÍ

chánh tà đối nghịch hai bên
ta rơi vào giữa chênh vênh hai phần
cái gì giữa hai bắp chân
cái tồi tệ nhất xác thân con người?

chửi nhau ví xỏ cho vui
có phần ý nhị mua cười vậy thôi
thật ra mọi bộ phận người
phần nào không phải vàng mười kim cương?

huống chi cái thật phi thường
làm nên tất cả vui buồn quang vinh
nhờ người có cái cửa mình
có cây gậy chống thần tình sinh sôi

chỗ này chẳng phải chỗ chơi
chỗ phát triển mãi cuộc đời thiên thu
ngẫm tâm mình thuộc loại ngu
không dám ngả hẳn một khu chánh, tà

dẫu rằng chọn cõi lá hoa
bọt bèo có lúc chạm qua đất bùn
cảm ơn ai thật phi thường
giúp đời thơm lựng mùi hương nhân tình

ai ví tôi chỗ hiển linh
buồn hơi buồn thật cũng hình như vui
yêu quý nhau chỗ làm người
chân thật trân quý cuộc đời thường luôn
*
chẳng ai xỏ sao bất thường
ngẫm chi lạc cả con đường thơ đi?
chỉ là nhắc khéo chỗ ni
rất đáng tôn trọng dễ chi ví bừa

5.20 AM - 20.12.2016

YÊU EM ANH CÓ MẤY LÒNG?

lâu nay không dám đi tu
vì hay nói dối sợ hư cảnh chùa
thật tình lỗi tôi còn thua
đôi người chuông mõ rất thừa tiếng tăm

lỗi tôi là tội cà lăm
mỗi khi em hỏi hai lòng hay không?
đương nhiên lòng vọng cả trăm
nhưng hướng một cõi mặn nồng của em!

dối-trá-tôi không đi kèm
thủ đoạn cố ý nhân lên hận thù
tôi chỉ chạy tội giúp tôi
và để người đẹp của tôi an lòng

dối nhiêu đó đủ phập phồng
dám đâu bịa chuyện núi sông gây thù
manh tâm lòng mắt cùng mù
trừ khi tôi đã thiền sư thượng thừa

tâm thức đầu ngọn gió đưa
tâm ma dưới lớp da vừa uyên thâm
tôi thành chánh quả dễ không
nhưng sẽ không dám ngó lương tâm mình

đang định luyện chiêu làm thinh
nhưng thôi em đã tha mình mới hư
cái hư của đám hay dư
lãng mạn thơ thẩn hiền từ ba hoa

buồn xỏ xiên chút chánh tà
cũng là có lỗi em tha, tôi buồn
(làm lơ đồng lõa bất lương)
may chỉ vọng tưởng chưa thương thật tình

THƠ TÌNH, VIẾT BẤT NGỜ

sau vài năm gặp em lánh mặt
nghe nói rằng em sắp làm dâu
trái tim ta bỗng nhiên trục trặc
có vẻ như là hít thở hơi đau

lặng lẽ ngẫm ra, đồ chừng lá phổi
cũng có vấn đề chi đó không hay
ồ mà lạ mặt mày ngờ nghệch
đôi lúc bất ngờ bủn rủn chân tay

em làm dâu dĩ nhiên phải vậy
con gái mà dễ chẳng chồng con
chuyện trai gái đầu đời chỉ như trang điểm
chút tình cùng ta lót đáy tâm hồn

muốn mừng em nghĩ không ra cách
đạp xe qua ngả phố buồn buồn
vào quán sách, ngồi cà phê quậy muỗng
khói thuốc mơ hồ đậy nỗi tủi thương

chỉ có vậy rồi thôi rồi hết
thơ cùng văn chẳng dấu tích gì
may mắn vậy nên chừ nhớ lại
ngỡ cuộc tình như bụi li ti

nhỏ mà lớn lớn mà rất nhỏ
viết để khoe mình bảnh với đời
bởi chẳng lẽ từng là thi sĩ
không dở dang nào đáng gởi mây trôi.

5g34AM- 18-01-2020

NGƯỜI QUA ĐƯỜNG
CHIỀU HÔM QUA

mệt, tôi tắt máy xe ngồi lặng lẽ
bên con đường vàng óng nắng hoàng hôn
chợt ngó thấy hai cánh chân bước nhẹ
mắt nương theo lòng xao xuyến bồn chồn

dáng người dạo thon thon lưng dài lẳn
vai tóc đầy đổ xuống một nguồn thơ
không thấy kịp mặt mày ngoài chóp mũi
nhưng sắc nhan kiều diễm khó nghi ngờ

thân thể tôi chừng như vô trọng lượng
đang xuyên qua lớp cửa kính âm thầm
hồn lơ lửng như hồn tranh trừu tượng
nhập theo người từ đỉnh tóc xuống chân

sự si dại không khởi từ thương nhớ
đâu kịp yêu để bất giác thất tình
lòng thánh thiện trong veo hương gió thoảng
tôi mất hồn tôi trong giờ khắc hiển linh

vụt khuất mất eo thon vòng mông đẹp
đừng ngờ tôi manh động chút tà tâm
sự chao đảo bất ngờ như gió lốc
bất lực tôi không kịp cả mê thầm

nắng tắt hẳn chiều vẫn còn ánh sáng
tôi nghe tôi đánh mất một điều gì
hạ kính cửa hít đầy không khí loãng
hương ai mồi hồn lấp lánh cổ thi

4,09AM- 31.01.2017

GIÁN TIẾP ĐIỂM TRANG

tôi tin có nhiều em
tưởng rằng tôi yêu họ
nhờ đó họ làm nên
những người giàu nhan sắc

nguyên cớ đó tự nhiên
không phải tôi suy diễn
cũng chẳng của thánh hiền
hay tôi giỏi ngụy biện

đằng gái có đằng nam
vẻ đẹp mới có nghĩa
trang điểm mấy ai ham
nếu thiếu người ngắm nghía

ngày xưa thời học trò
rảnh rang thường bất tử
ghé đại thăm mấy o
mới sơ sơ quen biết

thời đó tuổi nữ sinh
chưa biết dùng son phấn
khuôn mặt mộc mới tinh
tuyệt vời hết chỗ nói

và khi có tí ti tình
hình như hơi chưng diện
môi ướt mắt lung linh
nhờ biết háy biết nguýt

hình như cặp mỗi em
có cái gương nho nhỏ
tròn gọn bàn tay mềm
ý tứ dòm chừng nó

thích nhất ngắm em soi
e dè như vụng trộm
lưỡi liếm nhẹ cánh môi
mắt chao qua đảo lại

tôi vờ ngờ đâu đâu
thật tình tôi thấy hết
em vụt lên nhiệm mầu
khôn khéo khi làm đẹp

có chút gì nhờ tôi
em sớm thành thiếu nữ
sự hiện diện tuyệt vời
của tôi em có biết

XƯA, NAY TÔI VE GÁI

1.

chẳng cần yêu, được yêu
mới nhung nhung nhớ nhớ
tôi chỉ ngắm nắng chiều
đã biết mình thiếu nợ

chẳng cần chi làm thơ
mới thả tình bay bổng
tôi huýt gió vu vơ
tình cũng xa vạn dặm

chưa yêu cũng thất tình
là chuyện dễ như bỡn
miễn là biết em xinh
cùng tưởng tượng quá trớn

2.

thời trẻ tôi ve gái
không tốn một câu thơ
chỉ đi ra đi vô
nơi em đang ngồi học

bất thình lình vuốt tóc
(dĩ nhiên tóc của tôi)
chợt thấy ra em cười
làm quen liền sau đó

tình mơ hồ chẳng tỏ
nên em cũng như chim
bay ra khỏi trái tim
vì thật tình chưa tới

tôi thấy tôi tội tội
đâu chừng một hai ngày
rồi mắt theo gió bay
nâng một tà áo khác

lòng bấy giờ biết hát
dăm câu Vũ Thành An
không hề thấy hoang mang
tụng những lời tan vỡ

khi yêu người ta sợ
chia tay hay là sao
vội lo nghĩ tào lao
tập đau buồn như chết

3.

(đúng y chang)... chấm hết
tiếc hoài mấy lá thư
nhưng biết làm sao chừ
thất tình chơi ít bữa

ngẫm biết mình thiếu cửa
bởi thân thế hẩm hiu
tự khuyên mình chớ yêu
hết lòng chi cho mệt

kết quả tốt ra phết
tôi đã... giỏi làm thơ
thơ lại rất vu vơ
dễ thương chi chi lạ

tôi vận dụng tất cả
tục ngữ lẫn ca dao
tinh tế trong nấu xào
thành thơ sáu trên tám

thần-tình-yêu về ám
trên chữ nghĩa tôi dùng
biến cả những nhớ nhung
thành người thịt da thật

4.

từ đó có lạ tật
không yêu mới làm thơ
giả thất tình tỉnh bơ
nếu muốn thơ được đọc

tôi biết nhiều em khóc
nhiều ông phục tài tôi
nên cứ thế tôi chơi
thơ hận đời tình lụy

5.

bây chừ thân sắp quy
lòng vị tha xa hoa
thèm tặng ai dám qua
từng câu tình ve gái

tôi quyết tâm viết lại
chế ra tân nội dung
với tấm lòng vô cùng
chữ nghĩa ắt hỗ trợ

nguyện cho em vay nợ
không lãi suất đồng nào
chỉ hối lộ sơ sơ
hôn môi khi có dịp

người đẹp tình ít chíp
bởi chíp mất mỹ nhân
nên chắc trăm phần trăm
tôi tỉ phú em gái

kính mời em ngồi lại
trong mỗi câu vè tôi
để gió bụi trên người
thành hào quang lấp lánh

nguyện giao cho em gánh
thương yêu tình đong đầy
đã chắt chiu lâu nay
xem như là sính lễ...

THƠ TẶNG NGƯỜI YÊU

mưa chưa kịp ướt tóc em
nghe ra đã ấm ngực bên trái mình

xạo trắng trợn
thật khó tin
nhưng tĩnh tọa thấy
như in trong lòng

thi vị chữ nghĩa tinh thông
hơn hẳn cụ thể vật trần mắt xem

chút vụn nào
hồn thể em
đều luôn liên đới dính liền với ta

yêu
chưa liền thịt liền da
hay yêu
đã cấy giống hoa ân tình
đều cần cung kính
hiển linh
không lơ mơ với thơ tình giỡn chơi

thơ này trân trọng để đời.

PHÁCH TẤU

1.

đời buồn vì thiếu mỹ nhân
làm thơ đề tặng cái thần thánh ta

hiểu ra ta chưa là ma
ám ai đến nỗi lột ra lòng mình

mê một ông đủ đa tình
yêu trùm tất cả người xinh trên đời

yêu một ông quá tuyệt vời
dán thơ tình khắp bầu trời bao la

2.

ta buồn ta chỉ là ta
nói thật người hiểu ba hoa hoang đàng

anh hùng thường lụy hồng nhan
ta du côn cũng học sang lụy người

3.

mỹ nhân bốn hướng yêu ơi
làm thơ đề tặng ta lời lãi to

ít ra cũng biết hẹn hò
với không gian ảo giấc mơ màu hồng.

ƯU PHIỀN CÕI CHUNG

cõi tục cũng là cõi thanh
tục thanh thanh tục ngọn ngành tình chân
nhìn bằng mắt thịt phàm trần
nhìn bằng thơ phú cũng gần như nhau

tùy bắt gặp riêng trong đầu
sinh ra ý niệm nhiệm mầu, bình dân
đội ơn cung kính là thần
chia chung hạnh phúc hưởng phần tự nhiên

hỡi ơi cái cõi ưu phiền
có duyên cũng đó vô duyên cũng là
tôi suy ngẫm mãi nhưng mà
thấu tình đạt lý vẫn xa vời vời

cứ ngồi không lại phí hơi
không ghiền chẳng nghiện sự đời được sao
thành danh từ gốc ca dao
qua cả bác học thi thơ đàng hoàng

đừng ngờ tôi tạo mầm hoang
cồn hoa cỏ mọc thiên đàng chẳng sai
"viết dai viết dở viết hoài"
thôi chưng hình trót mặc ai phẩm bình

MÊ GÁI THỜI VỊ THÀNH NIÊN

từng mê o bán vải
có sạp trong chợ Hàn
biết tiểu thư gốc Huế
thử ướm lời nhẹ nhàng

dẫu kín đáo tinh tế
o vẫn đầy nghi nan
tự lượng sức lọt sổ
đạp bụi đời lang thang

thói quen đang ve gái
không hề động đến thơ
thường đóng bộ hiền triết
khéo léo lẫn khù khờ

đâu ngờ là điểm yếu
nên bị loại vòng ngoài
bí lối đi thơ thẩn
bộ tịch đầy bi ai

o vẫn ngồi bán vải
ta đi vặt linh tinh
một nỗi buồn có thật
nhưng không hẳn thất tình

hỡi o tiểu thương cũ
sau này mới hiểu ra
o chấm ta và đợi
không thấy thơ lẫn hoa !

10.50 tối 27-3-2019

KHAI THẬT | 2

mê và yêu một đời tôi bề bộn
nhưng chung qui chỉ một rưởi mối tình
một chính thức đang dài ngày bền vững
nửa phần kia vớ vẩn thuở học sinh

thành tích vậy thất tình làm sao được
dẫu nhớ yêu lắm lúc ngỡ điên cuồng
người quen biết hay người nhìn nhân ảnh
chỉ gây buồn chút đỉnh khó bị thương

tôi ma giáo mượn quí danh nhan sắc
cũng chỉ là xảo thuật để làm thơ
may tất cả mỹ nhân đều rộng lượng
làm lơ cho kẻ vọng tưởng tôn thờ

yếu kiến thức cao xa thành giản dị
thơ ăn theo lòng người viết bình dân
nên khoác lác ba hoa thành như thật
hóa ra mình cũng rất có cái tâm

và đùa mãi lâu ngày thành yêu thật
nhưng không sao tôi tập luyện thất tình
em yêu dấu quí danh nào đây nhỉ
ăn cắp câu ai "thú tội trước bình minh"

8.55 AM- 20.11.2016

TUẦN HOÀN

thi ca lẫn lộn hò vè
cõng lời nói chuyện cặp kè cùng thơ
để thở ra phải hít vào
máu nuôi cơ thể lẽ nào không đen

từng giờ ngồi dưới ánh đèn
ngày đêm cũng vậy sáng quen mắt người
như nhìn dáng hoa trong đời
thành nhu cầu khó tách rời tâm linh

qua em dồi dào thêm tình
qua tình thơ thẩn u minh nở đều
học trân trọng biết ăn theo
tuần hoàn tim mạch vui gieo chữ hiền

từ vô duyên thành hữu duyên
không lãnh đạo vẫn giữ quyền điều binh
mỗi em là mỗi người tình
khắng khít chung thủy thành hình tượng thơ

06-6-2021

NGƯỜI MẪU ẢNH

gần thêm chút thấy hoa, ngộ lá
cỏ chen hoa mượt cõi người ta
người làm mẫu thướt tha mỹ nữ
tay-mơ thơ lẩn thẩn tinh ma

cảnh chưa đẹp, người làm cảnh đẹp
thơ không hồn, em thắp thơm hương
nắng lộng lẫy mở vòng tay ấm
dưới chân hoa thơ lót mặt đường

em đứng lặng chỉ trong tích tắc
tay trang nghiêm nhẹ bấm tấm hình
em nghĩ gì khi đang chụp ảnh
vạn vật chung quanh trân trọng lưu tình

tôi ao ước làm người săn bóng
sẽ vững tay dù lòng có run
em mỉm cười làm duyên bé bỏng
lưu giữ thật tròn nét dễ thương

cảm tạ em, người tình vạn vật
xin thay trời đất ngợi ca em
dù phù phiếm lộng ngôn từ ngữ
nhưng mỗi lời thay vạn trái tim

7h18| 21-4-2020

CHƯA THÀNH CA DAO

1.

Theo em về thăm Túy Loan
đến nơi đứng bóng nắng tràn đường cây
chân phơi trần, tay xách giày
bước đi gượng nhẹ sợ trầy mùi hương

đi không để ý nhớ đường
nhìn chung cỏ lá bình thường như nhau
con mương dẫn đến cái bàu
cá rô cá diếc cá tràu… sống chung

một tay tay gom gọn ống quần
nghe tiếng chim hót ngập ngừng nhìn quanh
phần sợ ma ẩn lá xanh
phần lo đo đất đường quanh co bùn

2.

nhớ em khoe lắm chỗ luôn
bỗng quên tuốt luốt sắc hương quê tình

hình như có một ngôi đình
từ thời Thành Thái dựng lên chỉnh tề
tám ngàn mét vuông đề huề
mặt hướng về núi cận kề dòng sông

sát đường mươi cây treo bông
bụi bay không dính bềnh bồng áo em
cây đa thọ trăm năm trên
chim trời đạp mái hớ hênh cả ngày

đàn ong đám bướm loay hoay
trong tia nắng ấm bóng mây thất thường
văn bia trong đình đọng hương
tam giáp tiến sĩ phi thường Nguyễn Khuê

ngũ tộc hiện trên bia đề:
Đặng, Trần, Lê, Nguyễn nằm kề với Lâm

tôi họ Lê, bà con gần ?
chừ có em, chắc thêm phần ấm hơn
vừa đi vừa nghĩ chập chờn
vừa nhìn tà áo lưng ong trắng ngà

3.

em ngừng tay đánh đòng-xa
chỉ một ngôi chợ đậm đà nhà quê
con gà bị trói nằm kề
thúng rau gì đó xanh lè vắt ngang

bức tranh thủy mặc ố vàng
trong hơi lửa khói trải bàng bạc quanh
bến đò mòn nét hiền lành
đang lơ láo đợi máu tanh bất ngờ

nhói lòng nhớ nụ ca dao
khi bước qua chợ hững hờ như không

"trai khôn tìm vợ chợ đông" (1)
tôi chưa tìm vợ, chợ không mấy người
huống gì cái bóng em tôi
đang trùm trước mặt niềm vui nhẹ nhàng

nghe đồn mì Quảng Túy Loan
bà Tỉnh ngon lắm, cũng ham, nhưng rồi...

4.

em vội vàng hối - đi thôi
chưa kịp ấm cái chỗ ngồi làm duyên
đâu đã trình diện gia tiên
họ Đặng đủ cái mình nghiêng cúi đầu

chớm có nhau vội mất nhau
Túy Loan Liêm Lạc cau trầu không xanh
vậy mà tình vẫn để dành
đến chừ dù viết chưa thành ca dao

4.04AM-08-9-2016
(1) ca dao

NGẬM NGÙI EM RIÊNG

ứa nước mắt nằm phơi thân đợi khách
ngàn vàng ơi em chỉ món đồ chơi
ngượng tay vỗ-về-em-thương lần cuối
tinh khiết đã không giữ được cho người

thôi em nhé có hề chi không chưa biết ?
mười mấy năm xuân sắc chị em mình
đời lụn bại từ "miếng cơm mamh áo"
ngậm ngùi chị chưa rõ nghĩa hy sinh

hồn với xác song song cùng khôn lớn
sẽ ra sao sau biến động hôm nay
trong xót xa chị tưởng chừng ngó thấy
con vành khuyên run rẩy đường bay

đời thiên hạ đã giàu lên từng bữa
thành phố hiên ngang dựng tượng lên đèn
rẻo đất khô buộc lạc làng xa xã
mất chỗ cắm dùi ngại tay ngửa xin ăn

thôi đành vậy em-thương ngoan ngoan nhé
cỏ thơm hương hãy thủ phận cúi đầu
cũng công dân của anh hùng nước mạnh
em đừng hỏi than gì số phận vì đâu !

4.04 AM-27.9.2016

THEO EM VÀO QUÁN PHỞ

nắng cũng như tôi lén theo chân
vào gần bàn khuất nép âm thầm
ngoài tôi và nắng còn nhiều lắm
ánh mắt đám đông chẳng ngại ngần

em đã đặt bàn trước phải không
hay là ưu ái của chủ nhân
dành riêng góc đẹp chờ em đến
đỡ khỏi xếp hàng như số đông

tôi ké chung bàn một nhóm tây
chuyện thường vì đang ở nơi đây
quán ta thực khách tây là chính
riêng giữa cõi chung sống mỗi ngày

em đã bắt đầu cầm đũa lên
bàn tay đẹp quá ngón thon mềm
chừng như đôi đũa đang run rẩy
hạnh phúc nép vào những ngón êm

muỗng sứ nhẹ nhàng ôm giấy lau
lòng bàn tay ngọc như sợ đau
em hờ hững trải niềm tha thiết
giờ điểm tâm đang khúc dạo đầu

tôi liếc mắt qua, không hẳn đâu
mà nhìn chằm chặp từng hồi lâu
thằng tây để ý quay qua ngó
mắt sáng bừng lên phút nhiệm mầu

ngỡ có như ai xúc phạm tôi
cả gan dám ngắm mắt em vui
dám nhìn khuôn mặt thần tiên sống
muốn chực chờ trông khóe môi cười

may mắn mỹ tây khác chúng ta
họ thường để ý rất qua loa
nét thanh tú hiện từ khuôn mặt
mà chú trọng theo vóc dáng ngà

em dĩ nhiên là thân thể hương
nhưng không lộ liễu nét đời thường
dáng em hợp nhãn thi ca quá
cái đẹp đi cùng cái dễ thương

em nhập cuộc rồi nhỏ nhẹ nhai
răng môi ý tứ thật khoan thai
tôi nghe như thể từng con phở
được lưỡi cuộn đưa vào thiên thai

đũa muỗng ung dung âu yếm nhau
khói như mây tỏa ngấm thơm màu
tóc em lãng mạn run theo khói
tôi sững lòng nhìn lạc đâu đâu

ơi giấc mộng hiền vẩn vơ trôi
đến phiên tôi cũng phải nhai rồi
tôi quen ăn phở không nhiều nước
bắt chước em nhai thật thảnh thơi

hương vị phở từ tổ quốc ta
theo chân lưu lạc vẫn nhớ nhà
cái hồn cái vía luôn tinh khiết
thơm ngát năm châu bốn biển xa

quán phở Hương Xưa này khá ngon
(tôi đang quảng cáo không nhận công)
hương xưa ? - không phải, hương trường cửu
hương của giống dòng của tổ tông

em đã dùng xong bữa trưa ngon
- "bon appétit !" cặp môi son
chúc em hơi muộn nhưng còn kịp ?
và vẫn đang mơ một nụ hôn

buông đũa đứng lên chẳng làm gì
bùi ngùi nhìn vọng dáng em đi
tôi như vừa được, vừa rơi mất
một chút tôi trong em thánh thi

9.22 AM- 02.4.2017

SÁNG SÁNG NGỒI LẪN TRONG HOA

sáng sáng ngồi trước cửa nhà
nhẹ nhàng hít thở cùng hoa nở thầm
ta tuy không phải là bông
nhưng chắc chắn có hương nồng rất riêng

người qua vừa liếc làm duyên
vừa kín đáo giữ váy nghiêng bước dài
khéo léo vén tóc che tai
tự nhiên phơi rún mặc ai ngắm mình

ta bàng quan ngộ vô tình
sắc nhan di động, chẳng rình rập chi
mắt theo hút dáng xuân thì
bởi bất đắc dĩ tâm thi ca nhờ

nhìn tỉnh rụi chẳng vẩn vơ
làm chi có chuyện ước mơ tày trời
tinh lắm tưởng tượng vành môi
dính mùi rượu chát trộn hơi hôn nồng

chợt rùng mình ngỡ ai hôn
lén nuốt nước miếng bồn chồn ngó quanh
những đóa hoa nở tinh anh
ta ngường ngượng với hương lành sớm mai

11g37- 31.8.2017

ÁO DÀI

áo dài của Việt Nam
một phần của vẻ đẹp
thùy mị cùng đoan trang
phụ nữ nhiều lứa tuổi

một vài ba thay đổi
vẫn không thể mất đi
sự dịu dàng duyên dáng
tôn cao sang nhu mì

hai tà áo một thuở
đã cho phép Nguyên Sa
gói mây trời nhung nhớ
ủ nở thơm chữ hoa

chít eo phồng cánh ngực
đã tặng gì cho thơ
tôi dán lên mọi chỗ
em nghiêng tà áo chao

trắng đen xanh vàng tím
mọi sắc đều tuyệt vời
màu hoa sen nhã nhặn
hầu như chín chắn đời

cảm ơn người phục sức
áo dài ở mọi nơi
mắt nhìn lòng phơi phới
nhớ nghĩ đồng bào tôi...

người đứng giữa hoa lá
cũng là một đóa sen
mang hồn đẹp Khuyết Nguyệt (1)
đắp vào Nửa Vầng Trăng. (1)

6h23 | 6-7-2020
2 tác phẩm một thơ, một truyện của một nữ tác giả hiện ở Đà Nẵng

TÔI NGÁP NHẰM...EM

xấu trai không xấu lắm
đẹp trai không đẹp nhiều
xoàng xoàng đủ ấm bụng
lấm lét tìm người yêu

trời sinh chi nhát gái
chỉ tài nhìn xa xa
cặp môi như khoá trái
gặp em mở không ra

đã thế thiếu bản lãnh
không đánh bóng nổi mình
giữa đám đông chìm lỉm
như người không trái tim

cô đơn sinh lập dị
nhen nhúm thành tự kiêu
một kiểu cách làm điệu
hại hơn lợi rất nhiều

mẹ không sinh em gái
chẳng ai rủ về nhà
những con chim biết hót
mượt mà thơm lá hoa

lối làm quen thông dụng
trời không ưu đãi nào
nhưng duyên nợ chắc có
nên bất ngờ có "bồ" !

đại khái tình diễn tiến
"như chó ngáp phải ruồi"
một hôm, chắc ngày tốt
đặc biệt dành cho tôi

đạp xe về, sên trật
em đi ngang nhìn sang
ngượng ngùng tôi khẽ gật
em... đi luôn nhẹ nhàng

đâu dè từ giây ấy
mở ra những rộn ràng
đầy hào hứng tích cực
trong tôi, còn trong nàng ?

vội kiểm chứng, không khó
khi biết em cùng trường
học sau đúng hai lớp
lolita dễ thương

với tài anh Đệ Ngũ
em Đệ Thất nai tơ
cảm động khi gặp bóng
của mình nằm trong thơ

thơ vụng về ngớ ngẩn
nhờ tuyệt nhất vu vơ
thi ca càng vớ vẩn
mới đích thực là thơ

điều đó nhờ em nghĩ
ra chân lý và yêu
thơ từ em mà có
những lộng lẫy cao siêu

tôi từ em cờ phất
mở trang đời cưu mang
sự sống trên trái đất
bằng tinh thần lạc quan

xin phép không nhắc rõ
chỉ yêu em đủ rồi
ngày tuyệt vời rộng mãi
từ môi chạm phớt môi

rồi yêu phải chia cách
bởi yêu cần nhớ nhung
yêu càng cần buồn bã
những cốt lõi chung chung

có là... cuộc tình thật
loạng quạng hương ngây thơ
bắt đầu sự lãng mạn
thật thà đầy thô sơ

nam nữ quen từ nhỏ
thường là chưa hẳn yêu ?
chỉ là mới thích thích
với xao xuyến nhiều nhiều

có là... là đã có
khôn hơn trong mắt nhìn
nghe nhiều thứ giản nở
thầm mạnh trong trái tim

3g 45, 21-8-2020

MÈO VÀ NGƯỜI

già đầu rồi tôi còn chưa hiểu
dùng con mèo để ví tình nhân !
mèo yểu điệu có đôi phần đúng
mèo linh miêu và ác độc ngầm ?

những người đẹp lẽ nào xấu tính
là triết gia quảng đại đúng hơn
tâm thục nữ bao dung hiền dịu
một đôi khi trở chứng, hết hồn

mèo có thú thích người sờ mó
nựng cái cằm hay cù cái chân
em giống vậy hay không mỹ nữ
cùng lười ăn mà khá tham ăn ?

về cốt cách, vụng về đọ thử
giữa hai loài mấy điểm tương quan
mèo bốn chân vô cùng trưởng giả
mèo hai chân luôn là hạng sang

bước thanh thoát tưởng như nhón gót
dáng mèo đi mềm mại như nhung
em cũng vậy nhẹ nhàng gót nhọn
cao như đinh vẫn bước lạnh lùng

đang nhu mì sẵn sàng ranh mãnh
ngoài yếu xìu uy dũng bên trong
đừng tưởng bở chạm tay chọc phá
vuốt nhọn cào không khác dao đâm

còn gì giống giữa mèo, nữ sắc ?
cùng xướng âm hạnh phúc tưng bừng
khi phong kín đều là Phật đất
khi xổ tung thác đổ không ngừng

luận mèo – em, nói hoài không hết
mươi câu thơ vớ vẩn cho vui
và chưa hiểu từ mèo được dụng
trước hay sau thành thân mỗi người ?

mỗi khờ khạo thường giàu ý nhị
tôi từng có chưa đôi ả meo meo
con mèo tôi vốn không thay đổi
theo thời gian, vốn dĩ không nghèo

thật là tuyệt, người yêu tôi tuổi mẹo
con mão này giống mèo Nguyên Sa
biết nũng nịu biết hờn biết lẫy
càng tuyệt hơn chưa bấu trầy da

4g34, 01-10-2020

KIỂU NGỢI CA MỚI

thân thể em chia ba phần:
ngực
mông
và chỗ mênh mông đất trời

ba miền thánh địa
dưỡng hơi
tu tâm
rèn tính
cuộc đời tuyệt hơn

tôi nào dám nói ba lơn
chỉ đọc ý nghĩ
nằm trong mọi người
tôi tin
"sự thật mười mươi"
ai thấy trật lất
rủa tôi được rồi

nếu linh
tôi bị đi đời
kiếp sau may được làm người mới tinh
và sẽ lặp lại điều mình
ngợi ca
ba cõi
em xinh tặng đời

nhớ học thuộc lòng đọc chơi
mỗi khi tán gái ngọng lời tình thơ
có thể áp dụng bây giờ
rủi bị cái tát
càng
thao thức tình

4g41, 03-10-2020

PHỤ NGHỀ BODY PAINTING

suýt hành nghề Mộng Dưới Hoa
khi có người chịu thuê ta tô màu
giờ phụ việc nghĩ đâu đâu
vật quen mà lạ nhức đầu đến ngay

trước tiên phải rửa sạch tay
để vệ sinh chỗ gió mây thường dừng
chuyện này ta vốn đã từng
tự nhiên tay bỗng ngập ngừng run run

chưa tô màu lên chỗ vun
đã nghe hoa lá bất thường reo vui
nhìn ta ngộ, người thầm cười
mở thật rộng cánh cửa đời chọc chơi

chăm chú mà chẳng săm soi
phải giữ thể diện gà nòi Á Đông
khi tảng màu đắp vùng mông
mới tạm ổn định bình thân vẽ vời

tối về bãi hoãi rã rời
sợ thần kinh hỏng xin thôi, nghỉ làm
tiếc thật tiếc, không dám ham
đành xem ảo ảnh trên màn cho yên

ông chủ trẻ bảo "ưu tiên
tiếc anh không đủ độ ghiền mỹ nhân !"
nhà thơ dỏm, quá cù lần
dám lơ nghệ thuật tả chân, thôi đành...

6g10, 28-9-2020

NGỒI QUÁN NGHÊU SÒ

tặng bạn học cũ Trần Công Viên

cùng bạn ngồi quán "em quyên"
ngộ nghiên mực nổi hồn nhiên bất ngờ
kịp thời giả bộ thanh cao
điều chỉnh mắt kiểu tỉnh bơ qua đường

đúng là quang cảnh bình thường
nhưng lâu gặp dáng quê hương, lặng người
bạn không mách trước nên tôi
có chút lúng túng, có hơi sảng hồn

khen chiêu trình diện khá khôn
trải bài thơ lúc bia còn rủi tăm
chỉ trong ít phút đăm đăm
mà thấm ngùn ngụt hương trầm quê xa

đến nay đôi lúc vẫn là
mùi bia một thoáng mắt hoa chập chờn
nhớ bạn hiền, lúc cô đơn
không rượu không cả màu hồn thanh xuân

nhớ đương nhiên, cái lẫy lừng
thay trời mưa nắng cầm chân nhiều người
trong đó, mô Phật có tôi
mắt lành tâm cũng rối bời ngẫu nhiên…

7h51, 02-10-2021

NÓN LÁ

người lót thơ trong lá
làm nên "nón bài thơ"
"nón bài thơ" che má
giàu thêm những bài thơ

nhưng chẳng phải tất cả
nón Việt Nam có thơ
nhưng chắc mọi chiếc nón
hồn Việt Nam thanh cao

những người đội nón lá
hầu hết là nàng thơ
riêng nam nhân mã thượng
xem như đội ngọn cờ

tôi thích người đội nón
nhưng chưa đội khi nào
bù lại thường vớ vẩn
nhìn nón hay gặp thơ

nắng mưa vây khuôn mặt
yêu thương ngưỡng mộ nhìn
nón che chắn làm dáng
thật tuyệt vời xinh xinh

6h11 | 6-7-2020

MÙA XUÂN VỀ TỪ ÁO EM

mang mùa xuân trên áo
gót hoa dạo phố phường
trán cao, mày phương thảo
chân dài bầu sữa vun

mềm cánh tay thon thả
gió sững quên lật tà
long lanh mắt hoàng yến
ánh nhìn trải thiết tha

phát hiện ta lẽo đẽo
khuê các bước rối dòng
làm sao gần, uốn lưỡi
xin phép cùng thong dong

làm sao khoe thi sĩ
chuyên thảo thơ thất tình
xin quí danh mỹ nữ
đề tặng lên nhật trình

gặp em chợt lúng túng
toan tính ngờ nghệch, buồn
thì ra dẫu thi bá
ngộ em cũng bị thương

16-3-2019

KỂ LẠI CHUYỆN NĂM NÀO

chẳng khách sáo, khi em mời ghé lại
thăm tư gia cho biết chỗ mỹ nhân
ánh đèn soi bóng nằm nghiêng trang sách
chữ thánh hiền bao năm làm bạn thân

cũng chẳng ngại, được em mời nán lại
điểm tâm khuya đàm đạo chuyện văn thơ
từ lịch sự chuyển dần sang cởi mở
đồng điệu qua vai tri kỷ bất ngờ

cùng thương cảm o Thúy Kiều lận đận
đời thanh xuân nhan sắc cỏ hoa ghen
"những giai nhân thời xưa không sống thọ ?"
mỹ nhân chừ hẳn đã khác xưa chăng ?

tôi kín đáo liếc thầm khuôn mặt ngọc
Kiều Nguyệt Nga cụ Đồ Chiểu đầu thai
không cây cỏ, thôi cũng đành ngồi dựa
ghế salon đợi sao lặn hiên ngoài

lời trao đổi cổ văn dần mềm mại
chuyện văn thơ tập tễnh kể nhau nghe
em rắn mắt liếc khen ta lãng mạn
ai trong thơ giống con bé... vậy nè !

ừ đúng đó, giống như ai trước mặt
ta ỡm ờ bật mí khá ba hoa
chút mít ướt chút tinh ranh ngỗ ngáo
khép nép nằm sau căn bản thật thà

*

phòng tĩnh lặng không nghe ra tiếng muỗi
rõ nhịp tim hai đứa đuổi theo nhau
ai xích lại gần ai không nhớ nữa
má má kề đầu cụng sát bên đầu

chuyện chợt tới … rõ ràng không e ngượng
môi ngậm môi chẳng lóng cóng vụng về
điều không học chưa bao giờ thực hiện
run ít giây rồi cũng rất lành nghề

và cứ thế miên man mê lặp lại
nước miếng nhau ngọt mặn nhớ không ra
lưỡi thụ động cũng rất mau đều nhịp
thật hú hồn chưa biết thú đi xa !

*

chuyện văn thơ ngăn kịp thời gây họa
tuổi mười lăm mười bảy đẹp ngọc ngà
dẫu quả thật có hơi nhiều bức rức
lửa chi nhen nóng trong máu dưới da

em cũng đã vượt qua thân mềm oặc
mắt nhắm ghiền líu quíu thở hụt hơi
ta khó khăn qua lưỡng nan tiến thoái
mừng sợi tơ óng ánh treo đẹp đời

xin đa tạ ngọn đèn không ai tắt
ta cùng em ngần ngại ngó mặt bàn
tách trà nguội sớm giúp ta hoàn viá
thẹn đâu đâu chuyện thơ thẩn ngừng ngang

*

thật nhớ tiếc được lời mời ngủ lại
trong nhà khuya khi cha mẹ em xa
tính sợ ma của em ai hóa giải
ta ngù ngơ chẳng dám hiểu là ta

chừ nhớ lại chẳng biết khôn hay dại
vẫn nghi ngờ đó không phải tình yêu
xưa khờ khạo bây chừ là ngớ ngẩn
nhưng trong lòng phơi phới nhẹ phiêu phiêu…

4g14, 01-9-2020

SÁT VÁCH ĐI VỀ DÁNG HOA

em về cổ trắng lông choàng
thân da bóng mượt đôi bàn tay găng
trường túc cao cánh ủng đen
khí đông kín tẩm dáng sen lạnh đầy

chào nhau mi giả lông mày
điệu đà vướng nhẹ thơ ngây mắt cười
qua giọng chim đoán nét môi
còn chưa thấy rõ nở vui nhẹ nhàng

trước cửa tôi sửa dáng toan
hỏi câu đại khái bình an tầm thường
lòng khi không thoáng chút buồn
tiếc em ở sát vách tường quá xa

chung ngõ vào không chung nhà
chưa yêu đã nhớ như là rất mê
đi đâu mỗi khi em về
tình vô ý cố đề huề tôi trông

chờn vờn xuân hạ thu đông
mắt quen nhưng rõ ra lòng chưa say
chắc như trời mưa chùm mây
em trong thơ tôi thoảng gió bay tình cờ

7g29, 23-2-2022

CHIM VÀ THIẾU NỮ

đời thường hiếm gặp mỹ nhân
nâng niu chim cảnh quí thân tận tình
nhưng trong họa phẩm, ảnh hình
các em làm dáng bên chim khá nhiều

nhiếp ảnh gia, họa sĩ yêu
cái thần lẫn vẻ mỹ miều, gộp chung
thành một tổng thể mông lung
chim và thiếu nữ ung dung hài hòa

cả hai đồng điệu thướt tha
dù khác tâm sự cũng là cặp đôi
người dựa hơi, vật cam đời
tạo thành cái đẹp thảnh thơi dịu dàng

nghệ thuật làm tăng dung nhan
dàn dựng phút chốc an nhàn phù du
bắt chước nhau thành đặc thù
và em nhan sắc bội thu mượt mà

em bên chim gợi cho ta
những ngày thanh thản đã qua trong đời
nhớ vành khuyên líu thảnh thơi
nhớ họa mi, khướu đổ mượt lời ung ung

chích chòe trở canh trải nhung
âm thanh xanh đợt tre rung gió đùa
chào mào lảnh lót xế trưa
treo thân trổ giọng sơn ca đưa tình

hồng, bạch yến trong lồng xinh
song ca hợp xướng lung linh bóng ngày
ta còn nghe cả tiếng mây
rủ ta ngửa mặt thèm bay giang hồ

em và chim có khi nào
gặp đời đẹp như chiêm bao ban ngày
nựng chim em nhớ nhẹ tay
nhốt lồng đủ rộng nhịp bay cầm chừng

thú chơi chim thật vô cùng
lòng em nhớ giữ khoan dung đậm đà
thay chim cảm tạ em nha
và thôi không dám ba hoa quá nhiều…
2022

TÌNH ĐIỆU THỜI LÃO ÔNG

NGẪM NGHĨ MỘT ĐỜI TÌNH

chưa dám tỏ lòng, không hề đồng thuận
một bên ngu ngơ một phía khù khờ
cùng thi sức nuôi tình trong yên lặng
nỗi thiết tha chưa xô nổi ngây thơ

từ lén gót chuyển dần sang bỡ ngỡ
nhìn nhau chào e thẹn hỏi bâng quơ
em ý nhị đã đôi lần khéo nguýt
vờ cù lần ta ngơ ngẩn hững hờ

ngày mỗi tới đêm mỗi qua lặng lẽ
mây đầy trời vẫn lúc đậu lúc bay
thiên hạ chẳng nghe ra lời gió thoảng
nhưng hình như ta cảm được mỗi ngày

biết vũ trụ sống còn nhờ bác ái
biết con người được sống nhờ có nhau
lời giản dị "yêu em" sao chưa thể
hay tỏ bày làm hỏng những nhiệm mầu?

vải katé cùng lụa là em mặc
thơm thanh xuân ấm áp sáng màu mây
hợp với nghề vá khâu người ngộ nạn
đã nhập tâm buồn ứ đọng chân mày

may biết mấy em dịu dàng tế nhị
chịu nghe ta vớ vẩn kể ba hoa
con chim hót con mèo kêu chẳng lạ
em lắng lòng đầy trìu mến thiết tha

nhiều lần vậy ta manh tâm bạo dạn
chạm tay em đủ để viết mươi trang
thơ tình lạ bởi lòng ta chợt mới
được em truyền hơi thở tuyệt dung nhan

yêu thật khó giấu tình cho kín được
đã khoe cùng trời đất vẫn chưa yên
ta hí hửng đưa em đi trình diện
bè bạn thân quen một cách tự nhiên

em làm nũng nửa chừng thật vô cớ
tim phổi ta lỏng lẻo gió chân trời
vuông chiếu hoa trong lòng ta trải vội
đã không may em không ghé tình ngồi

gạt buồn nhớ ta ngồi bật lửa đốt
những bài thơ chưa kịp gởi báo đăng
tiếng zippo khô khan lời dứt khoát
lửa tàn nhanh buồn vẫn sáng ngọn đèn

cánh cò trắng đã mịt mù khuất nắng
đoạn đời thơ lưu giữ chút thăng trầm
hương của thuở em đầu đời con gái
chưa dễ gì chìm khuất giọt tình ngân

ngồi thắp lại chữ tình u uất nhớ
mới thấy mình có đủ dại đủ khôn
yêu thật dữ từng chặng đời để lớn
chừ sắp xuôi tay lòng vẫn bồn chồn

MÊ GÁI | 2

ta may có cả đời mê gái
từ thanh xuân lạng quạng đến lão niên
mắt biết ngó lòng biết mơ vẻ đẹp
hồn bao la mơ mộng nhớ thuyền quyên

mê mắt biếc thèm hồng môi cõi lạ
bàn tay ngoan cánh chân thẳng nuột nà
em thánh thiện sánh cùng em trần tục
một phút xuất thần linh hiển ngộ ra

*

chuyện mê cái tuyệt vời ai chẳng có
đứa choai choai ông lão giống như nhau
khoe, đáng khoe, vì ít ai kể lại
mê những gì, mộng nhập những nơi đâu

lý do nữa, mê là yêu, chẳng dễ
yêu một chiều là nỗi chán vô biên
yêu-cho-có để làm thơ càng khó
mê gái riêng ta bất ngờ ngẫu nhiên

một khi đã bất thần mê người đẹp
ta lười ăn mất ngủ vài ba ngày
tìm cơ hội thăm dò lên kế hoạch
nhưng thực hành lộn xộn trật đường ray

*

ta mê gái kiểu riêng không đặc biệt
nhưng hơn người ở chỗ chán quên mau
khoái sưu tập nhân tình hơn bè bạn
lỗi lầm này lưu dấu nhiều buồn đau

chút ích kỷ chút hồ đồ ý thức
chưa hại ai nhiều nhưng thuộc loại ba nhe
bóng mây tan trên nền trời lặng lẽ
xin lỗi ai xưa, cảm tạ góp màu mè

5g34, 21-10-2021

SỐNG TRONG ĐỜI RIÊNG

chưa hề làm việc lớn
dù có ra chiến trường
làm trai ai cũng rứa
chẳng riêng tôi dễ thương

chưa từng mơ việc lớn
chỉ mộng việc bình thường
như yêu đám con gái
không riêng tôi khó thương

*

làm thơ như ve gái
"ve gái như đốn tre"
tục ngữ đã cảnh báo
khó dễ, chớ lè phè!

tôi may làm thơ dễ
nhờ vốn sống đời thường
nhưng ve gái quá tệ
lượm chưa nhiều xương sườn

*

người đẹp dùng con mắt
người xinh dùng trái tim
tôi rớt sát đáy biển
họ khó tìm cây kim

(hình ảnh này cũng dựa
vào tục ngữ ví von
tôi trước mắt con gái
thiếu xác dù dư hồn)

*

lạ kỳ đã được sống
không tệ lắm một đời
có được thơ một đống
có người cho hôn môi

cuộc riêng không dài lắm
mới sắp hết tám mươi
coi bộ còn tiếp tục
xin tùy lượng đất trời.

7g07, 23-10-2021

YẾM TÌNH

xưa ngày đào yếm em mang
ý tứ che chóp đỉnh man dại tình
từ núm cau thơm nguyên trinh
qua cam bưởi ngọt thơm bình rượu ngon

bây chừ thời đại thoáng hơn
em thả rông cả cái hồn vía thơ
phủi bay sạch chất dại khờ
dù tôi mát mắt vẫn vơ vẩn buồn

đời nhiều khi quá luông tuồng
làm giảm thi vị bình thường thanh cao
(người nhìn ngứa mắt, chẳng bao)
em cho tôi mấy cũng chào mừng thôi

nếu được mát rượi lưỡi môi
ý thơ có dịp trôi hoang trường kỳ
có yếm không yếm còn tùy
của em có thật phương phi hay là

cân nhắc thận trọng em nha
khỏi phản tác dụng hóa ra bẽ bàng
tôi lãi mấy câu thơ hoang
từ vốn em tặng lan tràn, cảm ơn

LINH TINH CÂU CHỮ XUÔI VẦN

ta già hơn nhiều bạn ta
thưa thiệt vẫn khoái vào ra cửa nhà
chí ít cũng đứng nhẩn nha
vươn vai hít thở tà tà dưỡng sinh

lạ kỳ người trẻ hơn mình
lại than nguội điện thình lình là sao
chẳng lẽ ta thành đỉnh cao
ba xạo chi chuyện tào lao bụi trần

nhiều khi bực định tả chân
sợ câu chữ dính nghèo bần mất thơ
dù thơ đâu có ra thơ
ra lòng tình thật vẩn vơ thôi à

*

vào giờ này nhiều người ta
còn mê giấc ngủ hoặc là xuống lên
ta ngồi lẩn thẩn vẽ thêm
con rồng con rắn nằm trên mái đình

nghiệm ra mọi chuyện linh tinh
toàn là to tát với mình hiện nay
nghiêm chỉnh nói trong một ngày
sản xuất bậy bạ cũng đầy tập thơ

lạ kìa, cứ nhắc đến thơ
chắc thơ không có nên mơ ấy mà
dù chỉ một em đi qua
vun tròn cái dáng đòn-xa có liền

những câu thơ thật hiền hiền
dù chữ bóp méo cái duyên em nhiều
chẳng cần chi có tình yêu
chuyện tình trai gái dập dìu bay thơm

*

thi vị tình không phải hôn
mà là lắng đọng tâm hồn suy tôn…
(mời tùy nghi thêm câu tròn
ý riêng mỗi bạn thật trơn vần vè).
6g07 20-10-2021

PHÙ HỢP

trung niên gặp chị năm mươi
thường chào bà thím,
không vui mắt nhìn

chừ ngộ sáu chục
rập rình
nhiều khi bối rối mắt nhìn,
tại sao?

thị lực chẳng yếu là bao
khả năng nghệ thuật không hao hụt nhiều
mức thẩm định vẻ yêu kiều
có chăng dễ dãi, hơi liều mạng chăng?

ngẫm ra
thấp thoáng hiểu rằng
phù hợp và khá cân bằng với ta
đây là thước đo tuổi già
khó phủ nhận được bóng tà thanh xuân

đương nhiên vẫn ngắm trẻ trung
nhưng có vương chút ngại ngùng hổ ngươi
sắc đẹp cùng sự tươi vui
không hao trong mắt tâm người tuổi cao

vẫn vui tay vẽ lên thơ
nhưng tơ tưởng vụn những khao khát thầm
đời luôn còn đó mỹ nhân
theo tầm tuổi sống thi thần ngấm hương

ta chẳng có chi khác thường
có chăng le lói nét buồn sơ sơ

7g22 | 11-12-2020

KHI KHÔNG DÍNH BỆNH DỜI LEO

"ăn được ngủ được là tiên"
ăn nhiều ngủ ít thành hiền triết chăng?
mấy tuần liền, đêm đợi trăng
dù rằng chẳng nhớ em Hằng Nga xa

có nhớ chăng là nhớ ta
hoặc vu vơ nhớ chị nhà nằm bên

mũi đau, kiêng cữ hôn em
nằm nghe hơi thở xuống lên buồn buồn
lâu lâu pin đèn soi gương
chỗ đau nơi ngứa chẳng nương tay giùm

*

ngứa chi ngứa lạ ngứa lùng
tay đờ đẫn quạt tưng bừng đuổi xua
phải chi ngứa chỗ gân thừa
đã sớm thanh lý hơn thua dễ dàng

ngứa biến ta thành anh chàng
công tử nhịp quạt làm sang dọa đời
bệnh bỗng nhiên thành trò chơi
câu thơ nhảm rớt giữa đời lưu cư

dẫu chi ta cũng tay cừ
vẫn cười như bõn cái lũ đù ta
bấy nhiêu biết mình chưa già
còn lơ mơ được chuyện hoa trăng tình

những ngày bị dời leo | 5g57. 20-11-2020

NHỚ NHỮNG TIỂU THƯ

"trời cao, và em yêu xa" [1]
ngồi nhớ buồn mắt ngó ra cửa hoài
em không hẹn, cớ sao chờ?
dù em có hẹn làm sao tới chừ?

em đang ở đâu tiểu thư
Sài Gòn, Đà Nẵng, Pleiku, Biên Hòa
hay ở tuốt luốt bên Nga
bên Tàu, bên Ý, Xiêm La... không chừng

em ở dưới biển, trên rừng
đang bay lơ lửng mấy từng mây cao
cho dù em ngự chỗ nào
ta nhớ cứ nhớ nao nao bồn chồn

*

nhớ em từ cặp môi hôn
từ hai ống quyển trắng trơn da hồng
từ những chỗ ngó mà không
thấy chi hết cả, ngoài lòng xôn xao

nhớ như đói bụng cồn cào
nhớ như thèm rượu ngáp trào bọt trong
nhớ run tay viết lệch dòng
chữ yêu thành yếu dài thòng vẫn vơ

tiểu thư ơi, tiểu thư hờ!
trực nhớ em chết hồi mô, lâu rồi
bóng, hình thấp thoáng ma trơi
khi ẩn khi hiện dáng người năm xưa

nhìn sững thấy là... đám mưa
mờ mờ trắng đục đong đưa ngậm ngùi
ơi hỡi những em một thời
sống, chết chừ đối với tôi vẫn là...
10-12-2020

1. *nhại câu "trời cao hoàng đế xa" trong phim Tàu.*

SO SÁNH HỒNG NHAN

em xưa đẹp hơn em chừ
em chừ xuất sắc hơn hồi tôi xưa
thật tình không nhận xét bừa
nói có căn cứ hơn thua rõ ràng

thời nào những Việt hồng nhan
cũng vượt tứ đại mỹ nhân bên Tàu
(dù tôi có thấy ai đâu
bốn nàng cá lặn chim rầu rĩ rơi)

*

em xưa xuân sắc tuyệt vời
không cần chống mũi cắt môi kéo cằm
em chừ mọi thứ dao xăm
tỉa gọt ngay cả cõi âm thâm tình

em xưa xinh đúng nghĩa xinh
em chừ tạo dáng chỉnh hình trội hơn
chiều cao em chừ rất ngon
đa phần lấn lướt hồi còn chất quê

em chừ trang phục khỏi chê
những tay thiết kế nhà nghề tài ba
làm đủ cách để khoe ra
cái phần độc đáo tinh ma lẫy lừng

ỡm ờ những của quý chung
mấy ông thờ cúng ung dung trầm trồ
phấn son chừ cũng dồi dào
chân tay từng móng giữa tô đủ màu

khoa học tiến bộ đến đâu
sắc đẹp xuân nữ theo sau tức thì
tôi đồ chừng còn phương phi
hoành tráng hơn nữa sau khi tôi dù

uổng thay kiếp ngắn phận đù
buồn thân hốt đỡ nhúm từ trải chơi
có chi sai tạ lỗi đời
mong các em ở mọi thời bỏ qua

TẠ ƠN NHỮNG TÌNH QUA

thời Rượu Hồng Đã Rót
chưa xa mà đã qua
bốn-bảy năm ròng rã
ta vẫn còn tình ta

thời ấy ta ngất ngưởng
"tập làm gã thất tình" [1]
đọc lại thất tình thật
vui, hãnh diện cùng mình

ta vốn yêu thành kính
yêu không mong thất tình
tại chi đâu xui khiến
kiểu làm lớn cuộc tình

thơ chỉ là nhân chứng
cho bị hại ẩn hình
hồng nhan dựa thành tích
làm chủ kẻ thất tình

ta vốn người đạo đức
trả lễ tình đàng hoàng
dành luôn phần thương nhớ
ý có thơ cưu mang

đã đôi lần tính sổ
lẫn lộn những vui buồn
tạ ơn người cho vốn
thật không khỏi nhức xương

LÀM TÌNH

chắc vài ba bạn giật mình
chờ xem loạn ngữ hành tinh mấy chiêu?
ngón nghề thực thi tình yêu
không ai truyền dạy, nhiều điều cũng không

xưa là vậy, chừ thì không
bản văn hướng dẫn phổ thông quá chừng
với thơ, chỉ dạng lừng khừng
lấp la lấp lửng chung chung nửa vời

quan niệm tôi rất trời ơi
trách nhiệm bổn phận làm người ưu tiên
vô cùng thuận lẽ tự nhiên
âm dương trời đất nối truyền bẩm sinh

đỉnh cao của một khối tình
thi vị, nhân ái, hòa bình, bền lâu
không hẳn là thú đứng đầu
nhưng dễ hoán vị nhu cầu thăng hoa

giàu nghèo đều biết thiết tha
con người có đủ thánh ma trong lòng
vẽ vời kiểu cọ bềnh bồng
cũng cốt để giúp núi sông điều hòa

đáng, không đáng vào thi ca?
nếu bị phủ nhận chắc là tại tôi
dụng câu chữ chưa tuyệt vời
rườm rà chẳng chịu cho phơi dáng tình

từ rục rịch đến rung rinh
hài hòa tâm thức thân hình tinh khôi
có thể hình dung việc tôi
khi anh trân trọng hưởng đời tối đa

thơ, nhạc, họa, vũ... đều là
sống trong đuối sức đậm đà hữu năng
"ăn quen mà nhịn không quen"
cổ nhân dạy vậy, ra răng còn tùy...

làm tình, chữ nghĩa nhu mì
ai cũng ngại nói có gì xấu chăng
ngày ba đêm bảy gió trăng
ông bà xưa từng nói năng tàm xàm?

ta chừ đạo đức đàng hoàng
sống thử sống trước thả giàn không sao
riêng khi nói phải thanh cao
ngôn từ chuẩn mới anh hào nữ lưu

tôi đang hành thuyết âm mưu
một mình một chiếu tối ưu riêng mình?
bốn bên vạn vật lặng thinh
lại muốn rục rịch rung rinh nữa rồi!

cày qua núi vác đi thôi
em ơi trăng lặn xuống đồi, vô tư
đại sự không thể chần chừ
làm sao có được thánh thư để đời?

21h01|4-10-2020

HỒ NHƯ

ảnh chụp màu đen trắng
của ai thời chưa xưa
bỗng làm tôi nhắm mắt
tưởng tượng thật như đùa

người xưa trong ảnh cũ
dường như đang mỉm cười
người tình cờ ngắm ảnh
vẩn vơ chi, ngậm ngùi?

người xưa trong ảnh cũ
không lạ cũng không quen
chỉ như tuồng thân thiết
như quen ánh sáng trăng

người xưa trong ảnh cũ
vẫn ngời nét tinh khôi
màu ảnh cũ không đổi
nhan sắc y vậy thôi:

vẫn xinh xinh cánh mũi
ai khéo nặn sáp ong
đắp cao cao sắc lụa
thành một vồng hoa hồng

vẫn đôi mắt vương khói
từ ly cà phê thơm
óng ánh dòng hổ phách
ửng sáng phơn phớt hồng

vẫn đài hoa cổ ngọc
nói hát lời bềnh bồng
không chứa đựng tiếng khóc
thanh xuân thắm tươi hồng

và tất cả cõi thánh
áo trắng bọc bên trong
từng phần từng linh vật
dát yêu thương màu hồng...

*

người xưa là văn tự
ẩn trong lòng một người
nửa muốn khoe tâm sự
nửa muốn giấu tình vui

người xưa trong ảnh cũ
từng lảng vảng trong thơ
dắt tôi ra ánh sáng
sao chưa qua dật dờ

4,15 - 16.9.2017

THẤT TÌNH, VÀ CÁCH ĐIỀU TRỊ RIÊNG

mỗi lần thất tình tôi thường hay than vãn
dựa câu thơ mà khóc rất văn chương
cứ như thế ngẫm ra vô duyên quá
dĩ nhiên là chẳng có ma nào thương

rồi lần lượt khôn ra, thay chiến thuật
tôi tỉnh bơ theo bạn nhậu bình thường
thằng nào ngăng xỏ xiên tôi văng tục
cũng chửi luôn em lật lọng gạt lường

bực cái bụng muốn nói xấu thằng tình địch
nhưng kịp hiểu ra nó giỏi, mình ương
chưng hắn ra thêm buồn còn tủi nhục
chẳng hay gì lại dễ bị xem thường

ngẫm cho kỹ lỗi tại mình tất cả
dù lỗi chi đâu có biết lỗi chi
em đã xù nghĩa là mình thua cuộc
gắng giữ cái tình mã thượng nam nhi

cũng từ đó gia tăng thơ tán gái
còn thất tình xem như chuyện tự nhiên
em đến em đi không còn là tình lụy
xem như qua đường, mọi sự tùy duyên

đừng có ngờ tình yêu tôi hời hợt
không đủ thiết tha lãng mạn chân thành
đời khó có kẻ mê tình hơn nữa
nhưng mà thôi, khỏi chạy tội loanh quanh

5.00 sáng 17-12-2020

THÊM DANH XƯNG VƯU VẬT

"Chỗ Đặt" chữ tuyệt bút
của một người viết văn
đã thành danh Mai Thảo
thú vị không chi bằng

"đặt" mang đủ chất tĩnh
yên bình tợ như thiền
để lấy lòng cảm nhận
một cõi thật vô biên

"chỗ đặt" nhiều vô số
nhưng há dễ đặt đâu
đứng trước đại cám dỗ
chín phần mười quay đầu

*

tôi xưa thật tốt số
được đặt tay nhiều nơi
nhất là thời con nít
ngủ hầm tránh đạn rơi

nhiều lần mê đặt quá
mỏi đớ cả bàn tay
nhưng cảm giác kỳ thú
như gặp sóng gió say

rồi lớn lên được đặt
nhiều khi rất bất ngờ
bàn tay ngưng tụ máu
cũng đôi lúc cứng đơ

*

chỗ đặt luôn đồng dạng
khác biệt ở độ cao
nhận được chút nhúc nhích
mơ hồ đám tế bào

không giang hồ lão luyện
toàn tình cờ trời cho
cái chỗ đặt sinh sản
ý tưởng thơ cả lò

chừ tuổi cao vẫn giữ
đặt một chỗ quen tay
xem như liều thuốc ngủ
thơm một giấc nằm say

BA LƠN THƠ TÌNH

thơ tình thứ thiệt sụp rồi
may mắn giữ được cái cồi u minh
hy vọng chuyển thế rung rinh
qua kiểu cụ cựa là mình còn ta

phàm thân mọi thứ đều già
hồn riêng còn tạm gọi là khá sung
với sinh hoạt tình cầm chừng
lâu lâu cũng đạt đỉnh chung cùng đời

vậy nên thơ tình dở hơi
từ xa xưa được phục hồi cùng tôi
thi ca mảnh gấm lót đời
chẳng thể dung tục giàu lời ba lơn

*

thơ dở hơi giàu tâm hồn
của tiên của thánh vẫn còn trên mây
không vẩn đục chưa sa lầy
cõi đời nhung nhúc tháng ngày mưu toan

cao quý tinh khiết mơ màng
những ý niệm nhân sinh quan tuyệt vời
sống chân tình không giỡn chơi
đạo đức bác ái, vốn người mới sanh

đường chữ thơ hơn đường tranh
cô đọng lột tả tinh anh nhẹ nhàng
nhất mực em nét đoan trang
hiền thục tài đức vẹn toàn mỹ nhân

thơ dở hơi tránh tả chân
người thật việc thật chỉ cần điểm hoa
vẻ đẹp từ những qua loa
hiểu ngầm là đủ chánh tà tự nhiên

tôi vô lượng một tâm hiền
xem chừng có thể gắn liền dở hơi
với các em sống cùng thời
miễn các em bớt theo đời se sua

áo quần nên hở vừa vừa
đậy chỗ đáng đậy hoặc chừa sơ sơ
tránh giùm cho hình thức thơ
chuyển tình thứ thiệt trên tờ bích chương

*

nghề làm thơ dễ lộn đường
danh xưng hai nhánh buồn buồn lộn nhau.

TRĂN TRỞ KIẾP TÌNH

dài một thuở làm thơ tình trai gái
nhờ yêu suông mươi bóng dáng thanh xuân
em tuổi ô mai mới chưng diện áo quần
buộc băng-đô thay tóc cầm chân gió

lòng ta chuyển theo các em tuổi nhỏ
vừa bỏ nhảy dây ngực che cặp làm duyên
trong mười em đã mười một người hiền
(dư ra một chính là ta lẽo đẽo)

*

thích và ngắm nhưng chưa hề dám ghẹo
bởi lời tình chưa dễ có trên môi
đầu vẩn vơ chuyện nắng gió qua trời
chưa gom được lời khen nào sáng giá

và như thể ta không hề vội vã
nhìn để thương để cảm nhớ vu vơ
cũng chưa hề biết công dụng của thơ
nên chẳng tập viết đôi lời thanh nhã

tình dồn hết vào mắt em tròn quá
tô cu-lơ cho cằm đẹp búp sen hoa
hơi lạ lùng em giấu ổi hay là
trái chi đó ngực phồng sau lớp áo

ta ngắm kỹ từng bước chân em dạo
gót giày nghiêng nhưng dáng thẳng ung dung
khi em ngồi căng một mảng lụa quần
hai chéo áo sáng trưng nền da trắng

chỉ chừng nấy ta thâm trầm sâu lắng
những nhớ nhung không mạch lạc rõ ràng
quá nhiều lần ngớ ngẩn đến hoang mang
em thánh hóa tuổi tình ta mười bốn

*

đời đèn sách đã khởi đầu khốn đốn
hỏng dần dần những mơ ước tự nhiên
nghiên bút rẽ qua một cõi không hiền
nhưng ta quyết hết lòng đi đến đích

từng quyết định sẽ lập ra Tình Lịch
để lưu danh từng mối nhớ sợi yêu
chữ thay hoa ướp từng khối nữ kiều
đã ghé đến và nồng nàn nằm xuống

hồn thơ thẩn thi ca đâu dễ mủn
dành một đời ta hầu tiếp giai nhân
(giai nhân của ta là những thân trần
ngã trên chữ cho hồn thơ vinh hiển)

*

nhớ viết lại tình nhau không ngụy biện
có ba hoa làm điệu cũng sơ sơ
tâm tình ta tự nó đã là thơ
chẳng tiện tặn dâng người từng say đắm

*

vậy sao mà ta chợt như buồn lắm
em thanh xuân đời tiếp tục phát hương
riêng tình ta bất lực khóc cuối đường
bất công quá, trời xanh già lẩm cẩm

thà cởi trần còn hơn choàng lụa gấm
mà không được nhìn thanh sắc của hậu sinh
ta còn nhiều thơ tình rất linh tinh
chẳng lẽ phí hỏa thiêu cùng thân xác

không đệ tử ai chưởng môn in sách
6g07, 16-10-2021

CUỘC TÌNH CỦA NGƯỜI BẠN THƠ

tặng Na và Cao Thoại Châu

tình đậm hương thơ Na với Châu
hình như chưa hẳn mất về đâu
tôi mơ hồ cảm sông Hàn thở
hơi của hai người thời yêu nhau

Na dạy Sao Mai hay trường nào
bạn hiền úp mở giấu trong thơ
cố tình để lộ em cầm phấn
vẽ trái tim hồng treo lửng lơ

bạn tại ngũ về phố tôi chơi
vì tôi hay gió gọi khơi khơi
tìm về sắc biếc trong thân lụa
đợi gã động viên trở lại đời

đêm gối nôn nao bạn vẽ vời
người tình không hẳn để khoe tôi
nhớ người đồng nghiệp chung trường cũ
đọng những hẹn hò thơm ngát môi

ai biết rồi xa, xa tới đâu
mỗi người một nhánh sông qua cầu
tình vui thay sắc buồn man mác
thơ với lòng nhau không mất nhau

Lý của Châu còn, Na của Châu
vẫn còn nguyên vẹn hồn trong câu
thơ tình bạn viết muôn năm sống
riêng đã thành chung mãi nhiệm mầu

07-11-2021

TƯỞNG NIỆM
MỘT CUỘC TÌNH GIÁNG SINH

gởi hương hồn Vương Thanh, người bạn nhen lửa

bạn ta bảo em là người đạo Chúa
rất siêng năng đi xem-lễ cuối tuần
ta lâng lâng cảm động tưởng chừng
người đồng đạo cùng mê hồn Kinh thánh

ta mường tượng chỗ quỳ, từng trang sách
nghe lời kinh như hát từ môi em
mười ngón tay hoa co duỗi dịu mềm
em làm dấu như vẽ hình Thánh giá

mọi đồng điệu đồng lòng cùng lan tỏa
lòng nhà thờ ấm áp sáng đức tin
tiếng "Amen" vang như rót tai mình
những ân sủng giàu phúc lành ban thưởng

ta hít thở nồng nàn dòng tưởng tượng
ngỡ như mình cũng là một con chiên
điều lạ kỳ chỉ thấy dáng em hiền
nói vô lễ Chúa với ta xa quá

ngài ban phúc cho em, ta chen vào môi má
hưởng chút hương bánh thánh lưỡi em thơm
em lim dim ta thấm thiết tâm hồn
thầm đa tạ cả em và Thánh Chúa...

Noël nọ, ta bạo gan gõ cửa
mong theo em để được đến nhà thờ
tâm thân run trong giây phút đợi chờ
em mềm mại mở cánh tình ta đợi

trong lắp bắp giống mình đang phạm tội
hỏi vu vơ "em đi lễ hay chưa?"
em ngạc nhiên nhưng nhỏ nhẹ thưa
"tôi Phật tử, ông nhầm nhà có lẽ!"

ta chết sững mong thấy hình Đức Mẹ
thay Quan Âm trên vòng cổ em đeo
mắc cỡ sượng trân trước cặp mắt trong veo
ta lí nhí không đầy lời xin lỗi

từ bữa đó ta tránh em nhiều buổi
ở sân trường, đường phố gặp ngẫu nhiên
chẳng hiểu vì sao sau đó hữu duyên
ta được nắm tay em chiều thứ bảy...

tình tuyệt đẹp cớ vì đâu chợt gãy
em trôi xa nhưng ta mới giang hồ
mấy năm trời ta chữa trị bằng thơ
nhưng mỗi Giáng Sinh vẫn đau nhè nhẹ

em Quan Âm hay là Đức Mẹ
lạc phương nào ta vẫn một Giáng Sinh
và chọn cho ta một khúc kinh tình
như đoạn viết này đây em yêu dấu...

2g32, khuya 20-12-2020

QUÝ NHỚ TÌNH THƠ MỘT BẠN THƠ

Hường trong thơ bạn thành sợi tơ
chẳng của Đường thi hoặc giấc mơ
nét hoa không đọng trong nghiên mực
ấm mãi lòng người yêu quý thơ

trong khách dật dờ đó có tôi
được quen người viết, chẳng quen người
sống trong thơ bạn khiêm nhường thở
theo tháng năm dài vô giác trôi

tôi thật tình buồn sự đổi tên
nhân xưng thân mật đổi qua em
hồn thơ vơi bớt đi một ít
chung của mọi người hại tâm riêng

thì cũng phải thôi, đời đổi thay
bạn tôi chia hai nẻo gió bay
bạn thay lãng mạn bằng sự nghiệp
lý tưởng không là một nhúm mây

tôi tiếc vẩn vơ chẳng bởi Hường
người em Chợ Mới ấy như sương
không còn tin tức ngay từ thuở
thơ tạp chí treo giữa thị trường

tôi vẫn tin rằng bạn không chê
bài thơ đã viết thuở đi về
hai đường Hoàng Diệu và Thống Nhất
và kể tôi nghe những đam mê

có thể bạn quên mối tình rồi
học sinh mà, yêu chỉ giỡn chơi?
nhưng tôi hơi khác, xin phép bạn
không để Hường xa quá chân trời.

BẦU TRỜI, NỮ SẮC VÀ TÔI

hôm kia chụp ảnh tôi buồn
hôm qua chụp ảnh trời buồn, đủ đôi
tôi chưa được quen ông trời
nhưng là bè bạn bầu trời đã lâu

chúng tôi lặng lẽ quý nhau
bầu trời tôi đội ấm đầu bình an
nếu trán tôi mãi vắt ngang
chỗ đựng mây trắng, suối vàng có tôi

lưu ý giùm bạn thân ơi
tôi ngủ ấp sấp cả đời đã quen
dẫu rằng nhiều bữa mê trăng
nằm ngửa một chặp, sợ, lăn lại liền

chừng tuổi này dẫu quy tiên
cũng là đúng luật tự nhiên đất trời
nhưng tôi ngoại lệ ham vui
được ngày nào cũng nguyện chơi hết mình

thật mừng tim mắt còn tinh
em đi ngang biết gái xinh tức thì
hồn thơ nhờ đó duy trì
những linh hoạt rất chính quy nhà nghề

đời chê già vẫn thả dê
oan ơi ông địa chưa hề hiểu tôi
ngợi ca sắc là thay người
đạo đức ngại nói những lời thật tâm

một ngày dài chẳng bao lăm
khen mỹ nữ tăng một năm danh còn
huống chi đâu phải mê cồn
cỏ hoa mới thích nỉ non tụng tình

em xinh tuyệt đối hiển linh
tôi cạn ngày tháng sợ mình hụt tay
bầu trời cùng em thơ ngây
xin nhận cung kính tình đầy rượu thơ
06-01-2019

CA DAO LỤC BÁT VÀ TÔI VẦN VÈ

nôi, nằm không cố ý nghe
câu ca rót mật dần ve vãn lòng
tình người ngấm hơi núi sông
chan thơm chữ nghĩa bềnh bồng điệu ru
ấu thơ tinh khiết phạm trù
lâng lâng vỗ giấc tiếp thu nhẹ nhàng

trước khi tinh nghịch chơi hoang
tôi chừng như biết mơ màng vu vơ
dần dần lớn đến với thơ
cố ý cũng có tình cờ có luôn
cỏ hoa chào đón trên đường
bạo gan chững chạc nhập văn chương tình

bắt chước một cách thông minh
ngôn từ thuận ý theo mình múa may
ca dao tự nhập vào tay
thánh Tiên Điền giúp ngồi ngay chỉnh tề
từng cặp sáu tám so le
ba hoa lần lượt cặp kè tài hoa

tình tôi lồ lộ ngoài da
gặp em nhan sắc nhú ra hoa hồng
ngợi ca là cách mở lòng
chân thành tinh tế thắng cong bình thường
mê sắc tưởng tượng ra hương
nhớ nhung phát xuất yêu thương mặn nồng

chữ thành vè tình sâu nông
a dua cùng với bềnh bồng tình tôi
khởi đầu để ý nụ cười
dẫn đến ao ước vành môi mọng mềm
những quyến rũ không có tên
từ cơ thể ngọc ngà em hớp hồn

từ từ bỏ dần tinh khôn
yêu em là phải biết chôn chính mình
câu thơ đích thực hiển linh
là những câu nói thật tình yêu em
riêng tôi chọn vè để đem
mình gần với những thánh tiên mỗi giờ

cảm ơn đời ngộ nhận thơ
8,08 sáng 03.5.2018

THÓI XẤU TẬT HƯ

1.

tôi thường dán ảnh khỏa thân
một phần tiếc nuối cõi trần sắp xa
một phần cảm ơn đàn bà
giàu những góc cạnh chánh tà tinh khôi

(thật ra chỉ có chánh thôi
còn tà ở chỗ mỗi người tự suy)

thật dễ hiểu, không hồ nghi
quý nương phẩm hạnh ít khi bằng lòng:
nhìn lại mình
qua mặn nồng
lẫn tài hoa
người vẽ rồng thành mây

mỗi cá nhân nhiều điểm hay
đồng khối đồng dạng vẫn đầy nét riêng

nghệ thuật tạo hình làm duyên
cho vật thể động an nhiên tĩnh đời
khó đa ngôn nhiều sự lời
làm hư tác phẩm của người có tâm

*

sẽ thấy gì ở khỏa thân?
riêng tôi gặp hết mọi phần tinh hoa
quanh tôi không có hồn ma
chỉ có duy nhất cái đa đoan mình

2.

đã là nữ, hầu hết xinh
hạn chế vóc dáng, thì xinh tâm hồn
nhưng thường tất cả đều ngon
(ngon là tuyệt sắc từ trong ra ngoài)

đoan trang không lộ hình hài
là một đức hạnh chiếm ngai nữ hoàng
quý chị không muốn dung nhan
tương tự mình bị khoe khoang đại trà

đương nhiên hợp lẽ ông bà
ai đâu dám luận gần xa điều gì
có chị thương quý xuân thì
rộng lòng thấp thoáng chút gì cũng hay

lỗi từ đám giống tôi đây
lợi dụng nghệ thuật vẽ này nặn kia
và đèo bòng thêm râu ria
là đám chơi chữ lia chia hữu tình

nghĩ rằng ai thiếu tự tin
mới ngại phải ngó giống mình hồn nhiên

nói nhiều trơ trẽn vô duyên
chắc còn tiếp tục điều nghiên chưng hình
tạ ơn quý chị làm thinh
tạ ơn quý chị cười nhìn trước gương
- thằng ni làm thơ bình thường
được cái láu cá khó thương đây mà!

18-01-2021

TỤNG MỸ NHÂN, TẠ NỮ NHÂN

tụng mỹ nhân cùng tạ nữ nhân
thú chơi tao nhã của thi nhân
tuy chuyên ươm chữ nuôi mộng ảo
nhưng những giấc mơ rất có thần

xác định hồ đồ trên hỏng to
rất ư trịch thượng quá hàm hồ
bởi đâu chỉ có đám thơ thẩn
mới biết chọn nhan sắc để thờ

nhạc sĩ cũng nòi nựng quý nương
véo von âm điệu ấm nghê thường
thiết tha da diết vô cùng tận
than khóc ngay khi đang yêu đương

họa sĩ dễ gì thua kém ai
yêu em suy tưởng trổ chân tài
nét hoa sống động thơm hồn vía
thay tạo hóa thêm vẻ liêu trai

còn nữa, bình dân lớp chúng tôi
kỹ sư, bác sĩ, i tờ thôi
cũng mê phái đẹp hơn mọi thứ
nghệ thuật tuyệt vời ở biết chơi

nói gọn nhẹ nghề tụng mỹ nhân
đầu tiên phải biết tạ nữ nhân
và ai ai cũng tài hoa cả
trước sắc hương rất khó cù lần

20g20 | 14-01-2021

EM TRONG THƠ - EM TRONG ĐỜI

em trong thơ ta, người không có thật
đời nhân danh yểu điệu Nàng Thơ
em có thể cũng đủ đầy thói tật
với ba vòng cùng với cái thanh cao

nghiệp ta khởi đã có em theo bước
cùng nhau chen vào chốn văn chương
chẳng dễ gì nhưng không nhiều trầy trật
chúng ta vừa đi vừa tự dẫn đường

lẽ đương nhiên cũng nương theo người trước
hào phóng kiểu chơi như chuyện chiếu giường
mục đích đến vẫn nghiêm trang sảng khoái
ngọn bút, tâm hồn khắng khít luôn luôn

nhờ vào đó ta cũng thành danh tính
tứ xứ phiêu bồng tích cực cuộc chơi
học ở người học ở đời từng chút
lờ mờ dường như cũng có chỗ ngồi

ta có lúc biết khiêm nhường rất mực
ta nhiều khi chợt tự phụ đến kinh
riêng em ta vẫn luôn luôn tự tại
đầy đủ hồn nhiên, mãi mãi đa tình.

ta lệ thuộc đương nhiên theo mạch sống
thay đổi cùng mùa xuân hạ thu đông
giữa xã hội khó rời xa thời sự
em luôn chiều ta lặng lẽ trải lòng

xuân có tết. ta học đòi thiên hạ
khơi dậy bao điều chẳng mới mẻ chi
một tay em cho ít nhiều khác lạ
để có ta riêng vài nét kỳ kỳ

mùng ba tết hôm nay thêm vui vẻ
bởi trùng ngày chào đón lễ tình nhân
ta với em giúp cho nhau cuộc sống
đắp xuống lòng niềm hạnh phúc lâng lâng

6g29 | 14-02-2021

ĐOẠN ĐƯỜNG TÌNH
SAINT LAURENT MONTRÉAL

nổi danh con đường yêu đời
người người xách cái tình vui nhập dòng
trẻ măng đến tám chục năm
như ta vẫn nức nao lòng phấn hương

nơi đây gợi nét chiếu giường
mà thật tinh khiết phi thường thanh tao
nhìn đâu cũng thấy ra thơ
không cần văn tự, ngọt ngào diễn ngâm

cái dâm ẩn trong cái tâm
thành ra một thứ tối cần tối ưu
mỗi trái tim mỗi con cừu
nép bóng sư tử rất người như nhau

ta ngồi dựa ngửa ra sau
ghi đoạn hình giữ làm màu sắc riêng
bởi ta già mấy cũng ghiền
những trẻ trung những hồn nhiên đời thường

MÊ GÁI THỜI THƯỢNG THỌ

tặng đám bạn giống tôi

mê gái thời da đồi mồi
chiêu ma giáo đã đến hồi cực suy
ngón nghề chẳng còn cái chi
ngoài ba con chữ xếp đi lại hoài

bắt chước "nói dở nói dai"
tự nghe tự chán đếch ai chàng-ràng
lạ kỳ của lạ vẫn ham
chống mắt lên ngó những hang, hở ngầm

kinh nghiệm xương máu lâu năm
độ chừng suy tính lầm bầm làm vui
gặp em đẹp cách giết người
cũng sững chừng đúng y thời bâm lăm

gặp em phơi phới trăng rằm
không ngừng xâm hại nguồn trầm cổ thi
đọc thơ người giảm khoái đi
tự chơi mấy ngọn ra gì mới yên

mê gái kể cũng khá phiền
suy đi ngẫm lại tu tiên khó bằng
thưa em còn đủ lưỡi răng
mời cùng hôn gió trẻ măng hoài hoài

sẵn sàng kiểm chứng đúng sai
ví dụ cụ thể hẳn hòi cam đoan !

7.10. 30-3-2019

DẶN MÌNH

thiếu tình thương nhân loại
nên dẹp trớt vần vè
thơ tán tụng lá hĩm
hạn chế bớt múa khoe

ta thời mạnh rượu chẳng
bốc khí khái chút nào
còn nám một chút phổi
may vẫn thở phì phào

thơ nịnh gái cả mớ
em đếch đọc bao giờ
mỹ nhân nào trần mở
cần câu cơm rù rờ ?

không được như Lão Ái
Tây Môn Khánh cũng thua
may ra theo Kim Trọng
thanh nhã chuyện vẽ bùa

*

mình đã là hạng tép
ba hoa thế đủ rồi
cho cái già khoảng trống
đủ thở nhìn lại đời.

ta có thể thi sĩ
với ai đó rộng lòng
ta với ta hơi dị
chính là điều thật lòng.

*

hôm nay giữa thời buổi
người dữ giết người hiền
người lành đành diệt ác
đó là điều đương nhiên

trong văn chương có nói
thơ chứa lửa nuôi tình
rồi có kiếm có súng
chắc chắn cũng có mìn

nghe thấm ý thú vị
mìn gài trong thơ ta
mấy ai dạo mà dẫm
có chăng đám lụa là ?

và bây giờ đồng điệu
tiếp viện tinh thần xa
thơ ta mong có phép
trù rủa bọn tà ma

cũng sợ tâm thiếu sáng
Phật dạy đừng sát sinh
dù chỉ bằng tâm nguyện
cũng quả báo phân minh

"nhưng giết con rắn độc
là cứu hàng vạn người"
đành trù lũ gian ác
sớm tự dứt cuộc đời

tiếp hơi sức chỉ vậy
quả thật là dở hơi
mình thắng mình nỗi tức
tạm xem như được rồi.

8g19. 16-3-20

Lý qua phác họa của họa sĩ Bé Ký

TÌNH RIÊNG NHÂN TÌNH TRĂM NĂM

MƯA CHIỀU DẪN ĐẾN HÔN NHÂN

chuyện tình dẫn đến hôn nhân
viết đi kể lại nhiều lần vẫn vui
ngỡ như là vụn chuyện cười
tiếu lâm từng có lệ người chảy ra

lẽ nào đọc thơ Nguyên Sa
nhập tâm sinh tật khiến ta yêu bừa
nguồn tình từ ngồi nhìn mưa
mê giọt nước với người đùa hồn nhiên

đơn giản vậy mà bén duyên
nguyệt tơ dính bé dưới hiên mưa chiều
dụ người chưa hiểu tình yêu
đến khi môi biết hôn siêu cấp nồng

ta phải khen ta có lòng
có khiếu đào tạo thần đồng yêu thương
gỗ mun khó gãy chân giường
vượt ba trên bảy điệu cuồng tình ca

*

Nguyên Sa yêu Tuổi Mười Ba
là yêu hàm thụ tình qua ngôn từ
lù đù Luân Hoán tôi hư
yêu thẳng chân cẳng ở tù như chơi

tâm lành tôi con nhà trời
nên đâu hoàn đấy thành đôi gà làng
hơn kém mười-một năm vàng
bây chừ ngó đã sàn sàn như nhau

tay viết hết bị gối đầu
nhưng chân còn gác nhiệm mầu lên thơ
nếu mà ngồi kể vẩn vơ
chắc thành thi tuyển ngàn tờ như chơi

tạm dừng, không để hôn môi
gõ qua bài khác trời ơi mới là
thơ tôi vào buổi xế tà
người nhìn có thấy tôi già khằn chưa?

CON BÉ NHẢY DÂY

em xa lạ, một người dưng
một lần ta vấp bàn chân trước nhà
nhiều người xúm đến xuýt xoa
riêng em con nít tà tà nhảy dây

bạn cùng chơi đã lơi quay
em ngó một cái chạy ngay vô nhà
mười ba, mười bốn chưa là
hình ảnh một lolita đương thời

ta như có chút dở hơi
vẩn vơ nghỉ bước dạo chơi thình lình
hỏi thuê phòng trọ một mình
có em sai vặt linh tinh thường ngày

em rắn mắt nhưng mát tay
thơ ta một bữa dính dây em cầm
một thoáng mây trắng bềnh bồng
một dòng suối ở thinh không thầm thì

thần tiên chẳng mách bảo chi
tự ta một bữa gối quỳ trước hoa
"em là con của người ta"
ta là bạn của đường xa bạt ngàn

vóc liễu em thành gốc bàng
ngán chân bay bướm chàng ràng thật lâu
cuối cùng chẳng biết về đâu
vào tim em ở mọc râu... vẫn còn

bé người dưng chừ quá ngon
dưỡng mẫu ta đã nhiều năm nay rồi
- *"chở má-mi đi chợ thôi!"*
lời sai bảo nhẹ thắm môi ngọt ngào

khi vui ta thấy rất thơ
khi bực có chút nao nao thương mình
ơi em bé Lý Phước Ninh!

7.18 AM- 10.12.2016

SINH NHẬT TÌNH TRĂM NĂM
(kỷ niệm ngày hôn lễ)

cuộc tình dù linh tinh
đều có ngày sinh nhật
huống chi tình chân tình
đáng ngợi ca tưởng niệm

nhưng có dễ gì đâu
dù mươi câu chân chất
lưỡi dao treo trên đầu
vụng tay hạnh phúc mất

thôi xin được bình an
trải thơ thay cắt bánh
mừng cuộc tình cùng nàng
suốt cuộc đời sống cạnh

*

tình nhen ngọn chiều mưa
hạt nghiêng qua tay biếc
hạt lọt vào mắt đưa
ngấm thơm trang chữ viết

tình khởi tự buổi trưa
gác nhỏ căn nhà vắng
môi vụng dại, tay thừa
lửa hương đời chợt bén

em vừa tròn mười lăm
thơ đã vừa hăm bốn
cơn bão nổi chung lòng
trái tim cùng nở lớn

con đường tình đời đi
đã không hề bằng phẳng
nhưng mất nhau dễ chi
khi lòng chung mưa nắng

*

yêu em, không làm thơ
yêu anh, không ca hát
hò hẹn và đợi chờ
thành thi ca âm nhạc

rồi cũng lót trầu cau
ngủ chung giường kề gối
ban nước thánh cho nhau
cùng chính thức rửa tội

*

yêu nhau chừ làm thơ
yêu nhau chừ ca hát
những tác phẩm bất ngờ
bước vào đời hít thở

đã năm mươi hai năm
năm nay mừng ngày cưới
sinh nhật cuộc tình nồng
khi đời sắp đóng bụi

cảm ơn em, tình nhân
hiền ngoan khó ai sánh
cảm tạ ta, hiền nhân
biết yêu nhau nồng mặn

*

sinh nhật không bánh, hoa
chỉ suôn lời tha thiết
em đã sống trong ta
ta trong em, thật tuyệt

vinh danh tình tuyệt vời
cú đầu em một cái
em véo nhẹ mỉm cười
tiếp theo chuyện buổi tối

gió bay cù chân mây
trăng sao cười lấp lánh
không cần tắt ngọn đèn
nào, mời em ăn bánh

HỨA

không đưa em được lên trời
ta rước em đến chỗ ngồi phu nhân
khuyên em không được ở không
tự tập trang điểm má hồng mắt xanh

em phải thật sự trưởng thành
làm người nội tướng rất lành tay hoa
sinh dạy con, ấm cửa nhà
cội nguồn hạnh phúc chan hòa từ em

*

đương nhiên ta luôn ở bên
gội đầu chải tóc tô thêm lông mày
giũa sơn móng chân móng tay
thoa bóp lưng cổ bụng nây dịu dàng

em không cần học làm sang
chỉ cần làm đúng bà hoàng tư gia
ta sẽ dựa em tìm hoa
cho mỗi chữ viết đậm đà hương thơ

*

không đợi em chết mới thờ
hồn em tinh khiết lên thơ mỗi ngày
chẳng phù phiếm mượn gió mây
cài tóc bọc áo thả bay lưng trời

thơ ta như lời nói thôi
ta tập em kiếm tình người trong thơ
trong triệu lần thần vẩn vơ
đều là tơ nối người vào với nhau
*

rước em về làm cô dâu
không để nằm dưới đi sau cả đời
cùng đạp đất cùng đội trời
chúng ta thành một cặp đôi đề huề

tâm thân bình đẳng chỉnh tề
hôn nhau thường nhật chửi thề đôi khi
giận lẫy chẳng để chia ly
ngoài hâm tình lại tức thì hôm sau

mới gặp đã thương nhớ nhau
ăn đời ở kiếp, kiếp sau nguyện còn...

(quà chuẩn bị cho sinh nhật Lý - 2017)

EM NHÀ

ca ngợi bất cứ cô nào
cũng là mượn cớ ngọt ngào khen em
đương nhiên em, đích thị em
người luôn kề cận sát bên ta và

đôi khi ta được quyền la
cho em lên lớp ta là tự nhiên
yêu thương có đủ toàn quyền
kiểm soát cai trị cả hiền dữ chung

ta thường quen nói lung tung
không sâu sắc chẳng bọc nhung lụa mềm
toàn là ngôn ngữ trái tim
con dê con lợn con chim con người

có ta đời sống mãi vui
riêng em thường trực bầu trời tháng ba
quanh năm từ trẻ đến già
nhốt em trong máu bịt da bên ngoài

da ta lớp chữ tình nòi
hấp hương em mãi mới hoài vạn niên
mỹ nhân thục nữ thuyền quyên
chi chi cũng chỉ vô biên em nhà

KHÁC CHI MỘT THUỞ TỎ TÌNH

1.

tay đặt ngang qua bụng vợ hiền
chừng như dễ dỗ giấc bình yên
thong dong nhịp thở em nhè nhẹ
nhập mạch ngón tay chạm trái tim

nghe rất tinh vi những nỗi niềm
hân hoan hờn giận lẫn lo phiền
thanh thản lọc dần nguồn mệt mỏi
vớt nét thanh xuân ấm áp duyên

mừng thấy lộng hình vị trí ta
nằm đâu trong tâm vóc mặn mà
mơ hồ uyển chuyển theo hơi thở
từ phổi nhẹ nhàng thanh thoát ra

ta thấy rõ ta một ông hoàng
lòng nghèo được báu vật chơi sang
tình yêu léng phéng quanh đời sống
là vốn tăng thêm những nồng nàn

ta thấy nguyên ta thằng bé con
lắm trò tinh nghịch đáng nhận đòn
cái lười cái bướng cái gia trưởng
vẫn lớn mạnh dần qua tháng năm

khôn khéo bao che khoan dung em
hóa ra linh hiển những ngọn kềm
uốn ta thẳng thớm trong dịu ngọt
nuôi dưỡng thương yêu luôn vững bền

2.

đặt cánh tay ngang bụng vợ hiền
nằm chưa ngủ được càng hồn nhiên
không cần hôn hít nâng niu nựng
có phải tâm ta biết cách thiền

nịnh vợ sống vui đời? chắc không
nếp tình ngăn nắp giàu bao năm
chăng cần lượng định chi hạnh phúc
từ thuở bén duyên chung chỗ nằm

ta viết thơ tình tặng mỹ nhân
ít nhiều thường gặp những cà lăm
riêng em phối ngẫu luôn tinh khiết
mỗi chữ bày như trải đáy lòng

thương vốn tình ta vẫn lặp hoài
không mòn không cạn hồn con trai
mê man giữ mãi nguồn rung động
vụng dại trao hôn không giống ai

thanh vắng giữa đêm chẳng giật mình
tự dưng thức dậy thấy mạch tim
cần thơ để giữ hương hạnh phúc
tâm phát thuận theo hứng ngẫu nhiên

2g10 sáng 26-11-2020

PHÂN CÔNG

em làm bếp ta làm thơ
mỗi người một việc nương nhờ lẫn nhau
thơ ta làm em nhức đầu
thức ăn em giúp ta giàu máu hơn

tài tử hào kiệt nam nhơn
nạp rượu tạo nghiệp tiếng thơm để đời
còn ta nam nhi ham chơi
tình em là rượu một đời ta vui

người, rượu vào thường ra lời
ta, tình em bát ngát trời ngao du
em đọc thơ, ngồi êm ru
tim nhẹ hơn gió vi vu hiên ngoài

*

chúng ta chẳng giống riêng ai
chỉ giống tất cả những ai có tình
chia nhau làm tốt việc mình
thức ăn lấn át linh tinh thơ vè

nói nho nhỏ cho em nghe
việc mình mình biết đừng khoe làm gì
đừng theo bản mặt chai lì
huỵch toẹt ta bấy lâu ni quen rồi

mọi trò em để ta chơi
còn em nấu nướng trau giồi gắng lên
ta luôn rộng bụng nạp thêm
những gì em đã nếm nêm an toàn

không dễ hai tiếng hiền ngoan!

CẶP ĐÔI CHÚNG TÔI

ở đây xe thay lốp
chạy mùa hè mùa đông
ta có phải thay vợ?
em có cần đổi chồng?

bất chợt ta cũng muốn
đôi lúc em ước mong
nặng nợ nỗi tình nghĩa
càng khắng khít mặn nồng

Tống Hoằng trình Quang Võ
hẳn không cốt lấy lòng:
*"tào khang chi bất khả
hạ đường"* – là thật tâm [1]

chúng ta không diễn kịch
thắm thiết vui trong lòng
vung méo đậy nồi móp
thuần đạo lý phương đông

thơ hiện diện từ đó
mỗi ngày đời cho đong
cùng với nước và gạo
liền thân nhau thong dong

5g30 | 10-11-2019

1- sự tích bên Tàu | một vế trong cặp "tào khang chi khê bất khả hạ đường - bần tiện chi giao mạc khả vong".

MÁ CÁC CON

má các con tính khác người
khuyên ba bỏ tật khoe đời ảnh riêng
đã già xấu xí vô duyên
đừng chưng ông kẹ làm phiền bà con

khuyên ba giữ chút nước non
đôi chút phơi phới tâm hồn trung niên
nên ghiền những cái đáng ghiền
nhất là đã có của riêng để dành

má các con khuyên loanh quanh
ít vào trọng điểm thực hành ra sao

trí khôn của má dồi dào
tuyệt nhất suy đoán tào lao rất tài
(nếu có một vài phán sai
chỉ là thay đổi nằm ngoài tự nhiên)

kiến thức gần như vô biên
y tá bác sĩ kiêm quyền luật sư
bao trùm trong tính hiền từ
"Ça va" mọi chuyện gần như nhiệm mầu

ví dụ má khuyên: "cúi đầu
mỗi khi uống nước hơi lâu và nhiều"
để tránh sặc, chỉ bấy nhiêu
không ngụ ý chẳng cao siêu nỗi niềm

má các con không nắm quyền
nhưng giữ quyết định ưu tiên mọi điều
mua sắm xã giao chi tiêu
hai bàn tay nhỏ nâng niu gia đình

ba có phước, chẳng một mình
con cháu cùng hưởng thâm tình quanh năm
ngày nào không mọc trăng rằm
thì là mùng một món ngon đều đều

ba má ngoài vỏ rất nghèo
trong ruột cũng chỉ trong veo tình người
trời thương tiếp sức kịp thời
nên luôn giữ vững cuộc đời thảnh thơi

8g15 | 20-01-2021

GIẢI THÍCH CÙNG EM TRĂM NĂM

ta thăng hoa em đàn bà
và em cũng giúp ta ra ông thầy
viết ta đủ bộ hai cây
một cây chấm mực một cây chấm tình

(thơ xàm xàm nhưng thật tình
"có sao nói vậy", chẳng linh tinh gì)

những người thanh nhã nhu mì
thuần danh thi sĩ khó đi những hàng
ta luôn sống sượng hoang đàng
ít lai vãng cõi giàu sang râu mày

chữ ta rớt đêm sang ngày
luôn luôn xuất tự lòng đầy thành tâm
tạ ơn em không hiểu lầm
đánh giá cao thấp phong trần ta riêng

qua thời đĩnh đạc uyên nguyên
chữ ta chuyển mạch tự nhiên vần về
đời phiền văng tục xin nghe
chẳng vì cao tuổi không "ke" chuyện gì

nếu may ta được khác đi
cũng là một cách phương phi tạo hình
chân dung ông-thợ-thơ-tình
biết đâu lộng lẫy lung linh lạ đời

vào nghề chơi gắng biết chơi
ta tâm nguyện viết tận hơi cuối cùng!

12-12-2020

CHUNG TÌNH

thời quen biết được nhìn em tận mắt
nhưng hình như chẳng mấy dịp tự nhiên
liếc thầm lén, dòm chừng, thành cái bệnh
tật đó là nguồn hạnh phúc vô biên

ngắm nhìn em không phải là chiêm ngưỡng
mà chỉ lót lòng cho đỡ nhớ nhung
em, vóc dáng mắt mày luôn hiện diện
dù chẳng gặp nhau, nhân ảnh thơm lừng

đâu thể nói chưa áp môi vào má
chưa cầm tay nghe nhịp máu ngập ngừng
dẫu khoảng cách không gian luôn có thực
trong ước mơ ta dung tục vô cùng

và hạnh phúc của tình ta chừng ấy
luôn nhờ thơ tô lãng mạn chân tình
yêu như thở dập dồn từ thuở ấy
đến bây giờ vẫn lóng lánh thủy tinh

cảm ơn em đã ở cùng ta mãi mãi
nghĩa trung không làm phai nhạt tình yêu
nhìn buổi sáng ngó buổi chiều tồn tại
em là ta, ta trong dáng em yêu

5.24 AM - 17.12.2016

ĐÔI BẠN LẨM CẨM

xa địa lý gần tâm hồn
cửa nhà mất sạch vẫn còn quê hương
trong ta vẫn những con đường
lạ tên khác cảnh mùi hương chắc còn

ngại về sẽ mất hết trơn
chần chờ hẹn mãi da mòn oằn xương
tấm thân thể đang co dùn
rủi ai búng phải nỗi buồn tràn ra

khuyên em một mình về, mà
em cứ lo dại cho ta bên này
rủi ro không kịp giờ bay
trở qua vuốt mắt nắn tay cuối cùng

ta như bằng giấy sao cưng?
một vài tháng thiếu hơi lưng nghĩa gì
cao đường cao máu ngán chi
đã chích ngừa cúm phương phi đủ xài

không ra đường, chẳng gặp ai
họa hoằn ngắm các chân dài tivi
vài chồng bánh tráng, thùng mì
lai rai đủ có thơ tùy hứng thôi

đi ít bữa không có đôi
ngủ ít bữa thiếu quen hơi cũng thường
khuyên em mạnh dạn lên đường
về thăm trực tiếp phố phường đổi thay

em nhìn ta nhíu chân mày
vậy là tiếp tục tháng ngày đủ đôi

12-12-2019- 7.02AM.

TÌNH VUI

nhớ em không đợi đi xa
nhớ khi cả cặp ở nhà cùng nhau

nổi tiếng nịnh vợ đã lâu!
thế nào là nịnh qua câu thơ tình?

khen em không để khoe mình
có nương tử giỏi linh tinh mọi điều

khen em là nghệ thuật yêu
bổ sung năng lượng em chiều chuộng ta

mỗi ngày em phải tiêu pha
bao nhiêu lượng máu trong da thịt gầy

nội trợ gồm những chi đây?
việc không tên mãi vòng xoay em tròn

loanh quanh chăm hai con rồng
cả hai thuộc loại mãnh long hết thời

(thằng chồng già chát ham chơi
thằng con quanh tháng năm ngồi bấm game)

chuông hai cái bấm hai bên
hai phòng tỉnh rụi quên, vờ lãng tai

lên lầu xuống gác dài dài
tiêu hao vóc dáng trang đài từng giây

luyện thi đi bộ cả ngày
cũng chưa hẳn phải loay hoay thế này

nhìn em chẳng lẽ xụi tay
không gõ thành chữ chi hay tôn thờ

câu thơ nào cũng đáng ngờ
thơ cho em mới chính thơ trong lòng

triệu người nghi đều số không
một em tin đủ mát lòng thi nhân

chưa già chát, chỉ già gân
điều này em biết đâu cần khoe ra

trên năm-mươi năm vẫn là
ông gọi bà dạ, bà la ông cười

đời luôn giàu có tình vui
ít tiền mà lắm tiếng cười vô âm

vẫn hôn em lúc em nằm
ngủ thật ngủ giả thả lòng hồn nhiên

5g12, ngày 20-8-2021

VỀ THĂM BARCLAY

đi không có lý phước ninh
thấy xe cảnh sát, thình lình lo khan
lâu nay quen vượt đèn vàng
chừ đèn xanh cũng nhẹ nhàng chân ga

thì ra không có đàn bà
nhiều khi bỗng sợ có ma hù mình
vốn rất độc đoán tự tin
em chăm sóc quá tận tình thành hư

cái thú một mình phiêu du
chẳng lẽ trời đất đã thu hồi rồi
nhìn qua ghế em thường ngồi
vắng lời nhắc nhở cũng hơi hơi buồn

cái xe không khác cái giường
thật ra mọi chỗ quen thường trực em
vợ chồng không phải kề bên
trộn vào nhau mới làm nên vợ chồng

càng già càng thấy rất cần
đủ đôi đủ cặp nợ nần thâm niên
đi đâu cũng lo về liền
dù chẳng hôn hít huyên thuyên chuyện gì...

ghi lại mấy câu nghĩ trên đường đi
7h35PM | 18-01-2020

NGÀY TÌNH NHÂN CỦA VỢ CHỒNG

tặng các cặp đôi giống chúng tôi.

50 năm chung sống
em vẫn là tình nhân
50 năm chồng vợ
ta vẫn là nhân tình

em không là một nửa
ta chẳng thể chia hai
chúng ta luôn nhị thể [1]
nhất quán một tâm hồn

khi về một mái ấm
đắp chung tấm chăn tình
tài sản riêng không có
quà sắm từ của chung

vẫn như ngày xưa cũ
tặng nhau mùi hương môi
tặng nhau phút hoan lạc
đã chia nhau cả đời

ngày tình nhân thiên hạ
năm trước nhìn nhau cười
năm nay rất có thể
cần đi ngủ sớm hơn

bởi ngày mai ngày mốt
tiếp diễn mãi ngày tình
chúng ta cần dưỡng sức
nuôi thêm nhiều ngày tình

(1) chỉ là chơi chữ

ĐÓN EM ĐANG ĐẠP XE VỀ

thong dong em đạp xe về
tôi chưa lẩm bẩm chửi thề đi lâu
bánh ngọt em mua giấu đâu?
sao chỉ thấy gió trên đầu em bay
dáng còn con nít thế này
xem ra tôi phải nhiều ngày luyện thêm

bên nhà vừa có lệnh trên
bày ảnh người lạ đừng quên hao tài
tiền phạt không biết ai xài
tôi ngoài vùng cấm, khôi hài, vẫn lo
từ nay ảnh nhỏ hình to
lôi em ra dựng thơm tho phụ đề

hôm nay mở màn, ai chê?
riêng tôi thêm một dịp phê đậm đà
nhiều lời không tiện khoe ra
miễn em thấy chữ nở hoa được rồi
và hiểu ra đó tình tôi
tình em trộn lại thành người lạc quan

nhớ đạp xe cho thẳng hàng
tôi sẽ phủi bụi nhẹ nhàng, giùm cho
ở bên nhau vẫn hẹn hò
thi vị ở chỗ nhỏ to thì thầm
trăm năm nguyên vẹn trăm năm
còn y như thuở mới lồng thịt da

18h09 | 4-17-2020

GỘI ĐẦU

nằm im cho em gội đầu
tay em và nước nhiệm mầu hòa nhau
tóc ta đã mốc thếch màu
bốn ngày không gội nụ sầu sinh sôi

em gỡ từng nụ thả trôi
theo dòng nước xối buồn rơi nhạt nhòa
buồn không vô cớ em à
trong ta nặng nỗi buồn già hóa sương

không cần ngắm mặt trong gương
đọc trên da thịt dặm trường đã qua
chiều dài một cuộc người ta
ta còn mươi bước tới nhà mới thôi

nhắm nghiền mắt tiếc thương đời
yêu em xót ruột bồi hồi nghĩ quanh
cho dù lòng thật không đành
rất mong em sẽ đồng hành lên mây

"không sinh cùng tháng cùng ngày
ước ao cùng được xuôi tay chung ngày "
câu nói trong phim lâu nay
cải lương bỗng thấm, tiếc thay khó thành

mười ngón tay em hiền lành
cùng tình âu yếm dỗ dành ta ngoan
vợ là bà mẹ dịu dàng
tăng thêm nhịp đập nồng nàn trái tim

cổ lưng mỏi vẫn nằm im
toàn cơ thể mộng lim dim ngọt ngào
ta quên tuốt luốt ca dao
câu thơ vụng nhất cũng lơ ta rồi

chỉ thấy rạng rỡ nụ cười
em hôn tha thiết bằng mười ngón tay

5-04, 28.3.2018

TÔ MÌ QUẢNG ĐÚNG CHẤT

tô mì ngày 19
tô mì ngày 27
cách nhau đúng 8 ngày
vẫn ngon không tả được

người nấu Trần Thị… vợ
người ăn Lê Ngọc… chồng
nơi nấu lò bếp điện
nơi ăn giống văn phòng

người ăn và người nấu
cả một đời chung giường
mọi điểm tốt lẫn xấu
gộp thành cái dễ thương

em người giỏi nội trợ
ta người có tâm hồn…
nói thật không phải nịnh
em nấu gì cũng ngon

nhưng riêng món mì-quảng
khó có ai sánh bằng
dù ăn tại Đà Nẵng
Cali hay Quảng Nam

hương vị ngoài chất liệu
kinh nghiệm lẫn tài hoa
em còn thêm gia vị
(dị quá, khỏi khai ra)

tô mì ngày 19
tô mì ngày hôm nay
tô mì mai mốt nữa
vẫn là tô tình đầy
11g02, 27-9-2020

AN PHẬN

tuổi già sống kiểu người ta
thời nay hơi khác hồi cha ông mình
họ lạc quan giàu thông minh
cập nhật hướng sống theo lộ trình vui

nhìn chung đáng sống trong đời
làm ăn cùng với ăn chơi gắn liền
hai ta lạc hậu cõi riêng
không hơn ai được cái hiền cái khôn,

đủ đôi nên chẳng cô đơn
tà tà thủ phận lơn tơn qua ngày
tay còn tay nắm ấm tay
ta em bèo bọt trời mây an nhàn

ngó người ta sống, cũng ham
nhưng thôi đợi đến suối vàng hãy hay
việc cụ thể ngày hôm nay
em giặt quần áo mấy ngày xài qua

và ta tiếp tục sa đà
vắt lên nắng gió trái già non riêng
thêm một ngày rất bình yên
thêm một bữa sống hồn nhiên cùng đời,

4h03 | 07-9-2019

LẴNG HOA KHÔNG TÀN

em trách ta ba xạo
tạo cho em tiếng thơm
được chồng cưng chồng sợ
vừa thật vừa ba lơn !

yêu quí, đúng có thật
nhưng nịnh vợ khi nào ?
chẳng qua lười biếng nói
việc gì cũng làm lơ

anh là người thô lỗ
chính xác hơn: cộc cằn
thường nói như cú cắn
khác hẳn với thơ văn

vậy mà cũng được tiếng
nịnh vợ khéo lâu nay

chị nào tò mò muốn
"thay tôi thử ít ngày
ồ không, ở cả tháng
mới lộ đuôi cáo chồn
một cửu-vĩ đực rựa
có cả bằng chuyên môn !"

quả là ta không khá
nhưng em trách sai nhiều
với em từng mỗi phút
ta chan đậm thương yêu

trái tim trong máu thịt
chuyển tình bằng ngôn từ
văn hoa ta hơi kém
riêng chân tình có dư

chúng ta là một cặp
(lời lẽ nhột vô cùng)
nhưng đó là sự thật
một cặp tình, thân chung

ớn chưa điều quá thật
nói nghe nổi da gà
nhẹ nhàng hơn một chút
em là hạnh phúc ta

nhiều ông khen giỡn giỡn
nhiều bà chê đùa đùa
cái khéo của bằng hữu
ngọt ngào trộn chát chua

sướng vui để trong bụng
chưa đủ khoái nên khoe
mười người tin được một
cũng đủ hương ngậm nghe

huống chi chuyện hai đứa
vui buồn luôn chia đều
đơn giản chỉ có vậy
thơ thẩn về hùa theo

ta vẫn mong được nịnh
em yêu thay món quà
bù cả đời sống cạnh
chưa khi nào tặng hoa

2g20, 27-8-2020

CHỖ DỰA

Đêm nằm bên cạnh vợ
giấc ngủ lưng lưng tròn
dù tay để, vợ hất
cũng dính mùi hương thơm

nằm ngủ không có vợ
nhiều bất tiện vô cùng
mỏi chân không chỗ gác
giường rộng xoay tứ tung

lại phải chong đèn sáng
phòng bất trắc quỉ ma
dọa hờ trước trộm cướp
bớt lo động quanh nhà

có vợ nhường vợ sợ
mình dễ thành người hùng
chẳng ngán chi bóng vía
chuyện chiêm bao lạnh lưng

có vợ không sợ ngã
bởi quen lần tìm hơi
có vật cản để giữ
yên tâm thân thảnh thơi

vợ đúng là chỗ dựa
vững chắc lẫn vững bền
từ đó mà quen tật
đắp em thay đắp mền

1 giờ kém 25 sáng 18-8-2020

DUYÊN

*"hôm qua tôi đến nhà em
ra về mới nhớ rằng quên cây đàn..."*

là chuyện Phạm Duy tình tang
còn ta đến trọ nhà nàng mười ba
một chiều gió chở mưa qua
tình em rớt bén lòng ta mấy chùm

linh tinh thơ mọc xanh um
nguyệt san tạp chí tứ tung nồng nàn
ông Duy vờ quên cây đàn
cái quên lãng mạn mưu toan mấy lần ?

ta hơn ông chỗ cù lần
không sẵn tâm trước, không ngần ngại yêu
vô tư xuất độc nhất chiêu
chân tình đủ lực nâng niu rước về

bài thơ vô tự nằm kề
trái tim hữu nghĩa nhân đề huề yên
chứng minh rõ hồn chữ "duyên"
loạng quạng một thuở quàng xiên hạ màn

ông nhạc sĩ quên cây đàn
hơn hẳn ta chỗ lang thang yêu đời
ta thua ông bởi yêu người
trời thương sinh được ít người dễ thương

khuya nay đụng cái mặt giường
vài dòng thơ rớt khiêm nhường này đây
phòng kín gió không thổi bay
phổi ta thở hít vẫn đầy yêu thương

"thiên duyên tình định" vô lường
nụ thơ đã cuối con đường ra hoa
5g16 | 04-8-2020

XEM NHƯ LỜI BẠT CỦA TÁC GIẢ

CUỘC LÃNG DU THI TỨ,
TỔNG QUAN MỘT ĐỜI THƠ

đầu ngọn thi ca tôi là những vụn thơ trai trên gái dưới
ướt mượt lãng mạn ấm áp dục tình
bắt chước từ nhiều nguồn ngôn ngữ
không bỏ sót màu mè chân chất ca dao
đậm đà tục ngữ

không chỉ là
"anh theo chim vịt kêu chiều,
lên vùng thương nhớ đổ xiêu giọng buồn"
mà cả tập 400 trang giấy ca rô ô nhỏ
bìa cứng
chen chúc chữ thẳng nghiêng nắn nót
với hai màu xanh tím thư sinh xuất tinh chưa đúng chỗ

thơ tôi đi từ màu xanh lá mạ
màu trắng cánh cò bay
từ con gà đạp mái
tiếng heo rượn đực
đàn chó rậm rật mắc lẹo trong sân đầu ngõ

thơ tôi
từ tiếng nước đổ của gàu sòng gàu dai
từ đàn cá-mặt-nước trên dòng thủy lợi nắng vàng soi như lụa trải
cái ná bắn chim rớt ra mươi câu vần điệu con chim-sâu bỏ đời
thơ tôi linh tinh từ cục đất
miếng mảnh sành ở chùa miếu am tự
hình thành con kỳ lân mắt lồi miệng rộng

vần điệu bay theo cánh chèo-bẻo
con cu cườm cu đất
rời lũy tre cánh đồng bờ sông ra đường tráng nhựa hun hút bụi bay xe chạy

thơ tập trưởng thành mấy câu kẹp trong vở hồi hộp trao em
sân trường hiên để xe đạp
thơ cứng cáp hơn khi lo lo nơm nớp
ngồi chờ vén tấm màn cáu bẩn
lập cập cởi quần
làm chẳng ra trò nào trong sept nuits de plaisir

lần hồi thơ làm dáng buồn nôn
suy tư hiện hữu
tưởng tượng mùi thuốc súng qua cầm canh đại bác moọc-chê

thơ theo tôi xuống đường
chiếm tòa thị chính
lời hiệu triệu ngây ngô
"một cây cờ đỏ trên tay
anh châm ngọn lửa đầu này cho em"
thằng bạn tên Nhân mừng hụt
rủ lên rừng
không để tìm khướu, họa mi
lúng túng từ chối
hẹn

và cứ thế thơ đi trong màu cứt ngựa
Bắn Bò Tướng Toàn,
Đêm Ba Mươi Trên Đồi Lâm Lộc
vân vân và vân vân
thơ theo gót chân lịch sử
tỉ mỉ lý lịch
viết trong sân chùa Hải Châu
viết trong đống lửa đốt sách đốt kỷ niệm dẫn đến đời Tôn Tẫn
đến thời *"đi như đuổi ma, về như ma đuổi",*
"Mỏi Chân Ngồi Trên Đường Saint Denis"
không quên lò dò
"Theo Em Qua Longueuil"

rồi sáu – tám trở lại
nghiêm chỉnh ngũ ngôn bảy tám chân lang thang khắp thế
giới

vẫn chưa biết trưởng thành
chưa da trổ đồi mồi
lòng càng lúc càng con nít
đêm nào cũng chiêm bao
gặp những người quen đã chết
mươi lần viết di chúc văn vần
luôn luôn cầu nguyện:
(đang làm thơ thì buông bút
tự nhiên)

biết có được phước vậy không
dẫu tu tâm từ nhỏ
cổ xưa đeo bùa chân đeo kiểng bạc
nay cổ đeo Phật chân đeo nịt giả chân
chơi thơ từng phút một
chơi chung cùng em mỗi tháng ba bốn lần
bằng thể thơ truyền thống

đang đợi đang chờ
thơ cứ thế tùy vui tay

7g09 | 22-11-2019

MẤY CÂU
TRONG LÚC LAYOUT

rất nhiều điều đáng nói
khi đọc lại thơ mình
chọn cách tinh tế nhất
mỉm cười và làm thinh

mỉm cười: tự khen ngợi
làm thinh: nghĩ, công tâm
với người, thơ chưa đạt
với mình, có hơn không

dù gì cũng đồng chí
đồng chơi qua nhiều thời
rõ nét những vết thẹo
tươi rói máu cái tôi

không bợn chút nghi vấn
mai sau người săm soi
chữ đang giúp mình thở
mỗi phút đời tuyệt vời.

21-2-2022

lời bạt phần 1:
TÌNH VUI THỜI MỚI LỚN
viết bởi
Nhà Văn **PHAN TRANG HY**
ĐÔI ĐIỀU KHI ĐỌC TÌNH VUI THỜI MỚI LỚN

nhà văn Phan Trang Hy

Chuyện gái trai, cái thời mới lớn ở Luân Hoán, như tác giả tỏ bày trong chương 1 là "Tình vui thời mới lớn". Thời mới lớn, ai cũng có những rung động đầu đời. Sự rung động ấy là căn tính của con người. Căn tính ấy là trời phú cho con người trước cái đẹp của người khác giới. Chỉ có con mắt lãng mạn của tâm hồn thơ, dù mới lớn, mới có thể lâng lâng trong tâm thế nhìn, thưởng thức, và yêu cái đẹp của người khác giới. Và ở đây, cái tình thời mới lớn ấy vẫn đeo suốt cuộc đời thơ

Luân Hoán. Cái tình thời mới lớn ấy, theo như nhà thơ đặt tên là "Tình vui thời mới lớn".

Có đọc hết chương 1, người đọc sẽ cảm nhận được, tại sao tác giả đặt tên như vậy. Bởi, dẫu những bóng hình con gái thời mới lớn của nhà thơ mãi là bóng hình khó quên trong cả đời của tác giả. Bởi, bên cạnh những trở trăn về phận người, về thế sự, về cuộc sống, v.v..., thì hầu hết thơ Luân Hoán đều là thơ tình cho người khác giới. Và một điều có thể khẳng định, những bóng hình con gái trong thơ Luân Hoán là những bóng hình đem thi vị cho tâm hồn thơ của tác giả. Dẫu có thể có cuộc tình không suôn sẻ, có thể có chút buồn, có thể vì lý do này kia gây trắc trở, nhưng rồi lòng thi nhân suy đi nghĩ lại những hình bóng con gái thời mới lớn là những hình ảnh tươi mát, đem nguồn vui sáng tạo:

vài cuộc tình vớ vẩn
có được đôi tập thơ
mươi cuộc tình lận đận
không nỡ viết chữ nào

đời tình giàu thất bại
vẫn trau chuốt lời vui
dùng tự ái cao ngạo
chôn bi đát ngậm ngùi
(Tình Và Thơ)

"Vài cuộc tình vớ vẩn", "mươi cuộc tình lận đận" ấy là những bóng tình với những cô hàng xóm, láng giềng, là những bóng dáng học trò của chàng trai vừa lớn, đủ có những rung động đầu đời, những rung động bật ra từ cõi thơ Luân Hoán.

Không phải là tiếng lòng thổn thức về mối tình với cô hàng xóm: "Chả bao giờ thấy nàng cười/ Nàng hong tơ ướt ra ngoài mái hiên/ Mắt nàng đăm đắm trông lên/ Con bươm bướm trắng về bên ấy rồi/ Bỗng dung tôi thấy bồi hồi/ Tôi buồn tự hỏi: hay tôi yêu nàng?" (Cô hàng xóm, Nguyễn Bính); cũng không phải là nỗi lòng thương nhớ cô láng giềng thành bài ca một thuở: "Cô láng giềng ơi! Không biết cô còn nhớ đến tôi. Giây phút êm đềm ngày xưa kia khi còn ngây thơ. Cô láng giềng ơi! Tuy cách xa phương trời tôi không hề quên bóng ai bên bờ đường quê. Đôi mắt đăm đăm chờ tôi về" (Cô láng giềng, Hoàng Quý). Mà đó là những bóng tình đầu đời ấy với những cô bé hàng xóm, như tác giả gọi là "bóng tình vỡ lòng". Bóng tình vỡ lòng với những cô bé hàng xóm, giờ, hiện ra trong ký ức, để rồi tác giả nhớ, và nhớ, một nỗi nhớ nhẹ nhàng, có chút vui vui:

khó quên những trốn bắt
chái chuồng bò, gốc rơm
chợt ú ớ nói ngọng
nằm khoanh trong cái nong

gợi nhớ lại cái Gái
gợi nhớ về cái Lành
cái Hường hay cái Đỏ
những khoảnh khắc xuân xanh
(Bóng tình vỡ lòng)

Thật là đắc địa, khi tác giả diễn đạt cái "thời vỡ lòng" ấy. Ai đã từng qua cái thời vỡ lòng của việc học chữ, chắc không thể không nhớ việc đánh vần, thường thì không tròn vành rõ chữ, thường thì ấm a ấm ớ. Điều ấy có khác chi cái *thời vỡ lòng khi nhận biết bóng tình ở Luân Hoán thì ú ớ, ngọng nghịu.*

Bóng tình vỡ lòng ấy là những gợi nhớ về cái Gái, cô bé hàng xóm có lúc đi chung đường, để rồi một bữa thấy thương thương dù: *yêu đương chừng chưa biết/ nhưng thinh thích như tuồng/ nhất là khi dội nước/ tắm hết dám ở truồng...* (Một đôi khi). Bóng tình ấy còn là cái Lành: *cái Lành sân đất nhà bên/ ngày qua u mọi về đêm mớ hoài/ chị nằm bên nhéo lỗ tai/ thằng ni mi réo ai dai quá chừng* (Hình ảnh cái Lành). Đó cũng là bóng hình cái Hường: *hôm nay quả thật tình cờ/ thăm quê ngộ cảnh bất ngờ em mưa/ vẫn giữ tự nhiên như xưa/ con bé hàng xóm vẫn chưa hết khờ?* (Về thăm làng nhớ cái Hường). Và bóng hình cái Hà, cô em hàng xóm giàu có ở phố cũng động một góc tình: *em hàng xóm thành phố/ lận đận cũng hơi nhiều/ lâu lâu tôi thấy nhớ/ thời tình, không tình yêu*

(Cô hàng xóm thành phố). Và cũng có thể là cái Đỏ: *rồi em thay tóc bện/ bằng kiểu tóc đuôi gà/ nhưng quen chân vẫn nhảy/ một hôm ngã nhằm ta/ tức thì mắt thấy lạ/ nhưng có cảm giác là/ lâng lâng thật khó biết/ phải chăng hương thịt da* (Con bé hàng xóm).

Bóng tình vỡ lòng ấy, rồi cũng đi qua thời ngọng nghịu, ú ớ. Những bóng hình của con gái vẫn đi vào trang thơ Luân Hoán. Đọc những bài thơ về bóng hình của những con gái hàng xóm, tôi như thấy có tôi và những bóng dáng con gái quanh xóm tôi một thuở. Tôi nhớ là, khi mình trổ mã, giọng vỡ ra, tôi cũng muốn làm những việc gí đó để những con gái hàng xóm để ý đến tôi. Dẫu không đàn hay, nhưng tôi cũng đem ghita ra chơi nhạc. Có lúc mở to radio khi có chương trình nhạc yêu cầu khi có con gái hàng xóm ngang qua. Bóng hình con gái hàng xóm cũng có trong tôi. Và tôi cảm ơn khi Luân Hoán nói hộ lòng tôi một thuở: *em chừ không biết ở mô/ có bao giờ đọc những thơ tôi làm/ dù có đọc, thấy dở òm/ vì dại bỏ sót người toàn là hoa* (Nhớ em hàng xóm ngày xưa).

Mỗi bóng dáng có dáng vẻ riêng. Nhưng qua lời thơ trong chương 1, tôi cảm nhận được có tên gọi chung là cái của khoảnh khắc xuân xanh. Ông bà ta thường nói "Coi mặt bắt hình dong". Khi nhìn mặt mũi của những cái ấy ra sao, thì hình dong cũng sao sao ấy. Quả thật Luân Hoán rất dí dỏm khi viết tên gọi "cái" để nhớ về những bóng tình hàng xóm một thời.

Bên cạnh "bóng tình vỡ lòng", tôi bắt gặp hình bóng của những cô nàng thuở học trò và những mối tình học trò trong thơ ông. Biết bao người thời học trò có những mối tình học trò, trong đó có tôi. Riêng tôi, làm sao tôi quên được bài hát một thời được đi học, được thấy và rung động bóng hình của ai đó với áo trắng tinh khôi, với con mắt đen tròn, làm tim tôi xao xuyến, để rồi thầm hát "Xưa theo Ngọ về/ mái tóc Ngọ dài/ Hôm nay đường này/ Cây cao hàng gầy/ Đi quanh tìm hoài/ Ai mang bụi đỏ đi rồi/ Ai mang bụi đỏ đi rồi/ Ai mang bụi đỏ đi rồi" (Ngày xưa Hoàng Thị, thơ Phạm Thiên Thư, nhạc Phạm Duy). Mối tình học trò của tôi thuở ấy, chỉ là mình thầm thương người ấy mà thôi. Giờ đọc thơ Luân Hoán, tôi thấy ông còn may hơn tôi. May bởi ông:

cũng được năm bảy bận
cùng coupe cours theo chân
dáo dác trước cửa rạp
chiếu phim permanent

có chừng chín mười buổi
chở nhau về thôn vườn
tay không ôm eo ếch
thân buộc thân mùi hương
(Tình học trò)

Và tình học trò của ông tự nhiên nhi nhiên về một thuở dấu yêu của thời đi học ở trường Phan Châu Trinh trên đường Lê Lợi. Cái thuở học trò năm nảo năm nào có biết bao bóng hình nữ sinh của Phan Châu Trinh, Phan Thanh Giản, Bán Công, Hồng Đức, Thánh Tâm, Bồ Đề, Sao Mai… làm xao xuyến bao chàng trai thuở ấy. Luân Hoán cũng vậy. Cũng để ý ai kia trong số nữ sinh ngày ấy: *chẳng luống cuống gì chỉ nhát gan/ dám nghĩ chi hơn bước nhẹ nhàng/ theo em, không phải, mê theo bóng/em cũng dường như không vội vàng/ đường mỗi sớm mai Lê Lợi đưa/ hai cô cậu nhỏ rõ ràng chưa/ nhưng mà có lẽ hình như đã/ biết có chi chi khắng khít vừa* (Trên đường đi học).

Tình học trò theo tháng ngày nhiều thêm trong thơ Luân Hoán. Trước cái đẹp của những cô nàng đậm nét mỹ nhân, vẫn như bao chàng trai trẻ, Luân Hoán thú tội lỗi của mình còn đắm chìm trong sắc giới gái trai: *bệnh mê sắc quả nhiên nhiều thú vị/ Ri cô nương của Ưng Hạ tuyệt vời/ dù chỉ ngó qua đôi ngày một bận/ hạnh phúc cũng đầy tuổi mới lớn tôi* (Rốt cục quê ở hiệu sách Ưng Hạ Huế).

Thơ Luân Hoán hầu hết được viết theo thể thơ truyền thống. Riêng những bài lục bát có trong phần 1 này, có những câu gây ấn tượng cho tôi như:

đang thời "nhất quỷ nhì ma"
vấp cái "bí mật quốc gia" khôn liền
ngẫu nhiên làm giảm hồn nhiên
mạch tình đầu mối nghiện ghiền sau chăng?
(Kỷ niệm cuối thời chơi ná)

Hoặc:
thơ tình dù viết triệu dòng
làm sao vẽ hết em nằm trong ta
(Vớ vẩn đích thực tình thơ)

Và:
ta hèn đột xuất đành thôi
mất cơ hội có cả đời hầu em
(Mưa giữa đường)

Cuối cùng, tôi xin thưa cùng bạn đọc:

Thuở đầu đời, ai không mơ mộng? Thuở đầu đời ai không có nguồn mạch yêu thương? Cái thuở đầu đời đi suốt tháng năm của đời người, để rồi đến một lúc cuối nẻo đường đời, đi đến tận cùng của cuộc tử sinh, ngồi ngẫm lại, nằm nghĩ lại, đi hồi tưởng lại, nhắm mắt mơ màng lại một cõi trời thơ trẻ, để mà nhớ mà thương cái thuở đáng yêu ấy, để rồi kể lại với ai đó, để mà phơi lòng với ai đó, cho ai đó biết cái bụng của mình. Và nhà thơ Luân Hoán cũng vậy, cũng mang cái bụng thật tình, cũng thất tình lục dục như ai, cũng mong phơi những con chữ, cứ gọi là thơ thẩn, điệu vần cho thiên hạ biết một thời mới lớn, một thời trổ mã, một thời kể chuyện gái trai. Bởi như tác giả viết sau phần thay lời tựa: *nơi nào có gót hồng nhan/ có thơ tôi mọc nồng nàn cỏ hoa* (Thưa trước).

Tháng 5/2024
Phan Trang Hy

lời bạt phần 2
TÌNH THỜI PHƠI PHỚI THANH XUÂN
viết bởi
Nhà thơ **PHẠM HIỀN MÂY**
LUÂN HOÁN - TÌNH THỜI PHƠI PHỚI THANH XUÂN

nhà thơ Phạm Hiền Mây

I/ VÀO ĐỀ

Về nhà thơ Luân Hoán thì chắc khỏi phải giới thiệu phần tiểu sử, phải không các bạn.

Ông nổi tiếng, không chỉ vì làm thơ hay. Nhiều người biết đến ông, còn vì ông là một người làm văn nghệ giỏi, khái tính, thẳng thắn, chín chu, đàng hoàng, đâu ra đó, và, rất mực quan tâm đến bạn bè khắp nơi.

Tôi nhớ đâu như, tôi cũng có viết về ông mấy lần. Nhưng lần nào cũng giống như cưỡi ngựa xem hoa, là bởi vì, ông viết thơ nhiều lắm, mà bài nào cũng hay, bài nào cũng thơ rất mực, nên cố kiểu nào thì cố, cũng chỉ là muối bỏ bể so với gia tài thơ đồ sộ của ông.

Thơ Luân Hoán là thơ tình, trước hết là phải khẳng định như vậy cái đã. Tình thì nhiều loại tình lắm, tình yêu quê hương, tình yêu gia đình, tình cảm bạn bè, tình yêu thiên nhiên, và, cả tình yêu dành cho em nữa.

Ông viết nhiều thể loại thơ. Nhưng với riêng tôi, thơ lục bát của ông, vẫn là thể loại giòn giã, dí dỏm, thi vị, tinh tế và khéo léo nhứt của ông.

***

II/ THƠ TÌNH SÁU TÁM

Thơ viết cho em, thơ làm vì em, chiếm số lượng nhiều nhứt trong thơ của ông.

Và ông cũng huỵch toẹt ra chớ chẳng giấu giếm gì, chuyện ông mượn thơ mỗi ngày, trò chuyện linh tinh, kiểu như phiếm, nhưng thiệt ra là để viết cho em:

yêu em anh biến thơ tình
thành câu chuyện phiếm linh tinh mỗi ngày
từ lông chân đến lông mày
vui tay chẳng ngại múa may vẽ vời
(Già Tay Thơ)

**

Vì đây là tình của thời phơi phới thanh xuân nên giọng thơ, hơi thơ của ông, phải nói là nghịch ngợm ghê lắm. Nhưng như người ta bảo, đi đêm cũng có ngày gặp ma, nghịch quá là nghịch nên cũng có lúc bị tổ trác chớ chẳng phải không:

đầu đời chạm ngọn thanh xuân
sợi dây lưng rút bỗng dưng cản đường
líu quíu bày tỏ yêu thương
kéo lộn, thắt gút, tai ương bất ngờ
(Khai Mở Xuân Tình)

**

Sáu tám thì cũng có dăm đường sáu tám. Thơ sáu tám cũ nhưng lại được trình bày theo cách mới. Đó cũng là một trong những sáng tạo của người làm thơ:

sáng ra
luôn ngộ con chim
sửng-cồ gân cổ
ngóng tìm tứ tung
(Hình Như Là Có Nhớ)

**

Bông lơn, hay đùa giỡn, tất nhiên trong thơ thôi, chính là nhà thơ Luân Hoán. Nhưng nói vậy mà không phải vậy, ông đùa giỡn có nơi có chỗ, chỉ trong phạm vi thơ mình, còn ở đời sống thường, cả trên trang facebook, ông cũng rất giữ ý. Đặc biệt, mười năm qua, từ lúc biết ông tới giờ, tôi chưa từng thấy ông vô trang ai để tán tỉnh hay ghẹo chọc bao giờ.

Thơ ông, ngoài tỏ tình, ngoài tán tụng, nhiều lúc cũng suy tư lắm, cũng triết luận lắm chớ chẳng phải không:

không chừng em viết mươi câu
tiễn người còn thở về đâu cứ về
bao la vũ trụ là quê
cuối cùng hay có cõi mê khác nào?
(Lo Gần)

**

Khi ngợi ca, khi mô tả về vẻ đẹp của nữ giới, ông hệt như một họa sĩ tài danh. Tay ông thoăn thoắt vẽ, đưa lên đưa xuống vài nhát thôi mà khắc họa ra cả một tấm chân dung hoàn hảo:

vai thon trần ngực trắng ngần
chạm mạch thơ chợt bần thần ngượng tay
hương không trung hương cỏ cây
hương huyền bí lạ bủa vây đất trời
(Ngợi Ca Sắc Nữ - 1)

**

Nhan sắc người nữ trong thơ ông, có lẽ, còn có phần trội hơn cả Hằng Nga, tiên nữ:

em không thể gọi là xinh
"chim sa cá lặn" thường tình như ai
em là sắc nữ không ngai
tim ta đúng chỗ đựng hài em thơm
(Ngợi Ca Sắc Nữ - 2)

**

Cách mời mọc tình yêu của ông cũng vậy, cũng khác những thi sĩ khác, táo bạo đấy nhưng nghe vẫn nên thơ, và nhất là, trong tình của ông, không khi nào thiếu vắng sự chân thành trong đó:

người ta mời rượu mời trà
mời điếu thuốc ấm mời cà phê ngon
ta mời em nụ môi hôn
bốn cánh tay khít vòng ôm nồng nàn
(Mời Tình)

**

Thơ tình thường không phân biệt tuổi tác, phái nam, dầu có tám, chín mươi thì cũng vẫn cứ rất đàn ông tính như thường. Huống hồ gì, đây là những bài thơ ông làm thời phơi phới thanh xuân.

Lời thơ Phân Bì của ông, là lời tị nạnh của giới. Đó là những lời tị nạnh dễ thương. Qua đó, ông phân bua, đàn ông khi tỏ tình, cũng nhiều khó khăn, cản trở lắm, chớ không dễ dàng chi:

con gái liếc tình con trai
môi cười mời gọi ít ai quở gì
tội cho đám trẻ tu mi
trầm trồ, ngó lén bị quy tội liền
(Phân Bì)

**

Bài Ra Giá của ông cũng vui. Ở đời, chẳng có gì mà không có giá của nó. Nói vui nhưng cũng là nói thiệt. Từ cái chạm tay, chạm môi, hay cái hôn sâu, tất cả đều có điều kiện thỏa thuận. Và ông nói tiếu lâm, tưởng gì khó, chớ nếu tặng bài thơ mà được chạm môi em, thì ông có hàng ngàn bài thơ như thế:

nghe em treo giá
tình người
ta thừa cả đống thơ trời ơi thơm
đổi thơ để ngọt môi hôn
dại gì không gắng thả hồn vào thơ
(Ra Giá)

**

Ông làm thơ rất khéo. Chữ ông nhiều, như câu chuyện lưu truyền trong dân gian về câu nói của ông Cao Bá Quát ngày xưa: Trong thiên hạ có hai bồ chữ, mình tôi chiếm hai bồ.

Tôi không dám ví Luân Hoán như thế, nhưng người làm đến vài ngàn bài thơ như ông, mà chữ nghĩa cứ rời rợi, mới mẻ, tinh túy, tinh lọc, thì số người được như ông, chắc chỉ đếm được trên một bàn tay:

chi có ta, chả có chi
đặt lưng nằm xuống vu vi gió trời
không gian nhòe những sợi hơi
sợi ta đóng góp đang trôi dập dềnh
(Sau Khi Trăng Lặn)
**

Không chỉ ca ngợi người nữ với sắc đẹp mỹ miều, ông còn ca ngợi cả mùi hương của họ. Hương thơm ư, chuyện đó hẳn dễ. Nhưng hương thơm ở mỗi vùng cơ thể mỗi khác nhau, để tả cho ra được điều đó, thì cần lắm đến sự tài tình riêng của tác giả:

nơi thoang thoảng tỏa hương cau
nơi dai dẳng đậm dài lâu nồng nàn
nơi gây mê thật nhẹ nhàng
nơi đánh thức những cơ quan yêu đời
(Mùi Hương)

**

Làm thơ mà được như Luân Hoán, người ta gọi là bậc thượng thừa. Mà quả thật như vậy, nói lái hay chơi chữ, là chuyện nhỏ, ngay cả khi đưa tiếng tây, đưa tiếng tàu vào trong thơ, ông cũng nhuyễn nhừ:

"faire l'amour" gốc tình yêu
"thiên kinh địa nghĩa" giáo điều tự nhiên
tâm lành nên tôi rất hiền
có chi trong bụng khai liền cùng thơ
(Thơ Tình Hồng)

******

III/ THƠ TÌNH NĂM CHỮ, SÁU CHỮ, BẢY CHỮ, TÁM CHỮ

1. Năm Chữ

Khi chuyển qua thể thơ năm chữ, ông bỗng trở nên lí lắc, trẻ trung làm sao. Và không phải là kiểu lí lắc trẻ con đâu nha, mà là một kiểu của nghịch chữ, đùa chữ. Nghịch đùa nhưng không quá trớn, nghịch đùa mà không gây hại hay làm phiền lòng ai. Thế mới siêu. Thế mới tài:

một ví dụ cụ thể
hai động từ rờ sờ
cùng ngữ âm đồng nghĩa
(chạm vào một nơi nào)

có một món quý lạ
dùng từ sờ không hay
dùng rờ mới lột tả
cái sướng của bàn tay
(Rờ Và Sờ)

**

Thi sĩ có lòng tham không? Tôi nghĩ là có. Cứ dựa vào thơ ông Luân Hoán mà xét ra, thì chữ tham, phải viết in hoa mới vừa với ổng.

Nhưng tham gì mới được chớ. Đời, thiếu chi cái để tham. Tham tài giỏi, tham đẹp trai, bảnh tỏn. Tham làm thơ hay, tham tán gái đổ liền. Tham gái xinh gái đẹp. Và, tất nhiên rồi, tham trái tim đủ chỗ để chứa đủ muôn vạn tình nhơn, đủ muôn vạn tình yêu.

Các bạn không tin tôi ư. Vậy thì các bạn cứ đọc đoạn thơ sau, sẽ rõ:

em chậm chân, đừng lo
tim ta còn rộng chỗ
hãy cứ là nàng thơ
cho ta vào ở đợ

yêu và yêu thế thôi
yêu ra sao tùy ý
ngôn ngữ là chỗ ngồi
nhưng tim ta mái đựng
(Nàng Thơ)

**

Ông thường dùng phương ngữ Quảng Nam trong thơ của mình. Nhiều thi sĩ cũng hay dùng phương ngữ như ông, nhưng tôi đọc, không hiểu sao rất ngượng, rất ngại. Ấy là vì họ không có tài biến tục ra thanh.

Luân Hoán khác, từ "mắc tịt" được ông sử dụng ngon lành trong thơ. Đọc, không thấy ngại, mà chỉ thấy dễ mến, dễ thương:

nhưng có điều đã nói
"anh yêu em" ngon lành
trước mặt đám con cái
dịp chúng chúc ngày sanh

ôi cái chuyện mắc tịt
xưa dễ thương vô cùng
nay dễ thương hết sức
như bài thơ không cùng
(Mắc Tịt)

**

Ông viết chuyện yêu đương và đụng chạm thể xác dễ dàng như lấy từ túi ra. Bởi tôi mới nói ông giàu chữ là vậy. Giàu chữ nhưng mà phải có tài à nghen. Chớ giàu chữ mà như thợ sắp chữ, thì người rành đọc thơ, sành đọc thơ, họ nhận ra ngay. Các bài thơ của ông, rất nhiều bài được ông khuấy động vào "chuyện đó" một cách tỉnh bơ, ngon lành, không vấp váp:

nếu em không vừa ý
liền trợn mắt phùng mang
tiện tay cho cái tát
bất thần hiện rõ ràng

thật ra thời mới lớn
ta ngỡ lòng tài tình
tất cả nhờ cặp mắt
còn môi lưỡi làm thinh.
(Tỏ Tình)
******

2. Bảy Chữ

Như bao thanh niên khác, Luân Hoán cũng có một thời trai trẻ đầy mộng mơ của mình. Chỉ một mái tóc, một bờ vai, một dáng ngồi trên chiếc xe honda dame cũng làm ông bần thần, cũng làm ông ngẩn ngơ, cũng làm ông nghe trái tim như nhói lên một cơn đau vừa chớm:

ta bỗng mơ hồ thấy thoáng qua
người tình ta đó, chạy honda
bờ vai quen quá, lưng thân quá
ừ đã mê nhau nhưng đã xa
(Người Lướt Honda Trong Phố Nhỏ)

**

Ông luôn tự nhận ông là người đa tình. Tôi không chắc lắm, đây là thơ nhận hay thực sự, ông đang mượn thơ để nói về mình. Nhưng thôi, chuyện đó hậu xét đi.

Ông có nhiều bài thơ, bày tỏ sự "mê" gái của mình, hay nói đúng hơn, là mê vẻ đẹp của phụ nữ. Mà vẻ đẹp của phụ nữ, theo ông, tuổi nào cũng đẹp, và cũng theo ông, không chỉ sắc, không chỉ hương, mà tính cách, mà tâm tánh, mà lời ăn tiếng nói, sự giỏi giang của người phụ nữ mới là vẻ đẹp vĩnh cửu, vạn người mê:

nhớ nhớ như mê đôi mắt liếc
mê đường chỉ môi hồng hồng thơm
mê má lụa mềm như giấy quyến
mê vóc dịu dàng nét liễu cong
(Mê 2)

**

Luân Hoán có bài thơ Lú hay quá chừng hay. Ông làm tôi nhớ đến một quán cà phê bên Mỹ có tên này, Lú. Không biết bây giờ, quán cà phê ấy còn không.

Vì nó chỉ có ba khổ thôi, nên tôi gắng đưa hết vào đây. Bỏ khổ nào tôi cũng thấy tiếc.

Mê gái đến Lú, chắc chẳng phải chỉ mình nhà thơ Luân Hoán đâu nhỉ:

nói không mê gái hình như xạo
bởi trong nhi nữ chứa chan tình
càng ngắm càng mê càng kỳ bí
nữ nhân nhan sắc là thần linh

trước giống đẹp này, đâu thể trách
tôi thời ngơ ngác thuở mười hai
mất hồn một phút đành đi miết
sau lưng thơm phức cánh lưng dài

tôi thuở mười hai, em thấy đó
rõ ràng phơi phới nét con trai
đâu biết u mê lâu quá vậy
đến tuổi này còn lú dài dài
(Lú)

**

Không phải bài thơ nào của Luân Hoán cũng vui đùa, nghịch ngợm đâu. Có quá chừng bài, đọc, mà buồn thiu, đọc, mà muốn rơi nước mắt.

Thì đấy mới là thi sĩ đích danh. Làm thơ, mà không làm người ta bật cười theo, mà không làm người ta rơi nước mắt theo, mà không làm người ta ngậm ngùi, xót xa, cay đắng theo, thì đó nào phải là nhà thơ:

muốn mừng em nghĩ không ra cách
đạp xe qua ngả phố buồn buồn
vào quán sách, ngồi cà phê quậy muỗng
khói thuốc mơ hồ đậy nỗi tủi thương

chi có vậy rồi thôi rồi hết
thơ cùng văn chẳng dấu tích gì
may mắn vậy nên chừ nhớ lại
ngỡ cuộc tình như bụi li ti
(Thơ Tình, Viết Bất Ngờ)

******

3. Tám Chữ

Theo tôi, bài thơ Cuộc Tình Ở Cố Đô là một bài thơ rất hay của Luân Hoán. Chỉ tiếc là, bài thơ có mười khổ, nên dù hay mấy, tôi cũng không thể đưa hết vào đây. Các bạn nếu thích, có thể tìm đọc ở các tác phẩm thơ của ông.

Những bài thơ tình hay như bài Cuộc Tình Ở Cố Đô, xưa đã hiếm, nay, lại càng khó tìm hơn:

cuộc tình Huế đã hành tôi bầm dập
nhưng rồi quên, quên miết đến Mậu Thân

khi Huế chết bởi vài người tôi quen biết
nhớ chực em xưa, lòng nặng những bần thần

Huế vẫn Huế cho dù còn cục gạch
đất có hương vẫn tiếp tục ngát thơm
em áo trắng môi đắp môi thuở nọ
có còn ngang nhà sát hồ tịnh tâm?
(Cuộc Tình Ở Cố Đô)

**

Tôi không biết ông Luân Hoán đã từng bao giờ cầm cọ để vẽ chưa, nhưng thú thực, khi đọc thơ ông, tôi có cảm giác như ông là một họa sĩ vậy đó.

Và đương nhiên rồi, trong bức tranh của ông, luôn là một người nữ. Vẻ đẹp người nữ của ông, cũng không hề giống với bất kỳ lời ngợi ca nào của các thi sĩ mà chúng ta từng đọc.

Mô tả và ngợi ca của ông, không chỉ chân thành mà còn say đắm, không chỉ như mộng mà còn rất say mê:

ai họa sĩ không vẽ qua thiếu nữ
ai làm thơ không ngợi ca mỹ nhân
tự cảm biết ta đam mê nhiều thứ
bởi nữ nhi là nguồn gốc nguyên nhân

mỗi phụ nữ đều là một người mẫu
và mỗi người đều là thơ là tranh
viết chưa đạt, vẽ vời chưa khởi sắc
lỗi ở yêu, trân quý kém chân thành
(Người Nữ Và Họa Phẩm)

**

Lại một bài thơ nữa, mà nếu như tôi không đưa vào bài viết này của tôi trọn vẹn, thì tôi cũng giống như người có lỗi với bạn đọc vậy.

Vì sao ư ? Vì bài thơ quá hay.Quá sức hay.

Nội dung thơ không gì lớn lao, nó chỉ là "cảm xúc" thôi. Đúng vậy, tôi đang dùng từ rất chính xác, là cảm xúc, là sự rung động chỉ một thoáng, một thoáng bên đường, thế mà Luân Hoán cũng kéo được người đọc, là tôi, tham dự vào, để rồi ngẩn ngơ theo, bồi hồi theo, và nghe như mình vừa đánh mất một điều gì không rõ.

À, tôi nghe như mình vừa đánh mất một điều mà tôi không sở hữu. Và đây, xin mời các bạn:

mệt, tôi tắt máy xe ngồi lặng lẽ
bên con đường vàng óng nắng hoàng hôn
chợt ngó thấy hai cánh chân bước nhẹ
mắt nương theo lòng xao xuyến bồn chồn

dáng người dạo thon thon lưng dài lắn
vai tóc đầy đổ xuống một nguồn thơ
không thấy kịp mặt mày ngoài chóp mũi
nhưng sắc nhan kiều diễm khó nghi ngờ

thân thể tôi chừng như vô trọng lượng
đang xuyên qua lớp cửa kính âm thầm
hồn lơ lửng như hồn tranh trừu tượng
nhập theo người từ đỉnh tóc xuống chân

sự si dại không khởi từ thương nhớ
đâu kịp yêu để bất giác thất tình
lòng thánh thiện trong veo hương gió thoảng
tôi mất hồn tôi trong giờ khắc hiển linh

vụt khuất mất eo thon vòng mông đẹp
đừng ngờ tôi manh động chút tà tâm
sự chao đảo bất ngờ như gió lốc
bất lực tôi không kịp cả mê thầm

nắng tắt hẳn chiều vẫn còn ánh sáng
tôi nghe tôi đánh mất một điều gì

hạ kính cửa hít đầy không khí loãng
hương ai mồi hồn lấp lánh cổ thi

(Người Qua Đường Chiều Hôm Qua)

**

  Ở trên, tôi mới vừa đặt nghi vấn, liệu, Luân Hoán là một người mê gái thật, hay, ông chỉ mê gái trong thơ thôi, thì xuống dưới đây, đọc tới bài Khai Thật - 2, tôi đã được nghe ông thú nhận, rõ ràng, rành mạch. Không những đã không có một chút giấu giếm gì, không có một chút xảo ngôn gì, mà lại còn rất chân thành và dễ mến nữa chớ.

  Để có thể hiểu rõ hơn, có lẽ tôi phải đưa vào đây trọn vẹn bài thơ mà không cắt xén gì cả:

mê và yêu một đời tôi bề bộn
nhưng chung quy chỉ một rưởi mối tình
một chính thức đang dài ngày bền vững
nửa phần kia vớ vẩn thuở học sinh

thành tích vậy thất tình làm sao được
dẫu nhớ yêu lắm lúc ngỡ điên cuồng
người quen biết hay người nhìn nhân ảnh
chỉ gây buồn chút đỉnh khó bị thương

tôi ma giáo mượn quí danh nhan sắc
cũng chỉ là xảo thuật để làm thơ
may tất cả mỹ nhân đều rộng lượng
làm lơ cho kẻ vọng tưởng tôn thờ

yếu kiến thức cao xa thành giản dị
thơ ăn theo lòng người viết bình dân
nên khoác lác ba hoa thành như thật
hóa ra mình cũng rất có cái tâm

và đùa mãi lâu ngày thành yêu thật
nhưng không sao tôi tập luyện thất tình
em yêu dấu quí danh nào đây nhỉ
ăn cắp câu ai "thú tội trước bình minh".
(Khai Thật - 2)

******

IV/ KẾT:

Mười chín tuổi, Luân Hoán đã có thơ đăng ở những tạp chí lừng danh như: Thời Nay, Phổ Thông, Bách Khoa, Văn Học, Ngàn Khơi, Văn, Trình Bày. Ông từng làm trong ban biên tập của Tạp Chí Văn Học, Sài Gòn.

Tính đến năm nay, tám mươi ba tuổi, ông đã có sáu mươi tư năm làm thơ. Nếu tính sáu mươi năm là một đời người, thì thời gian làm thơ của ông đã lớn hơn đời người bốn tuổi rồi đó.

Thật đáng nể!

******

Người ta thường nói ông Bùi Giáng, ổng ăn, ổng ngủ, ông rong chơi, ổng bụi đời, và cả lúc tỉnh lẫn lúc điên, ổng cũng đều làm thơ. Nghĩa là, thở cũng ra thơ. Và còn thở là còn làm thơ.

Thì ông Luân Hoán cũng khác chi. Y hệt như Bùi Giáng, còn thở là còn làm thơ.

Năm nay, đã sang tuổi tám mươi ba nhưng ông vẫn minh mẫn, và chất lượng thơ, thì không hề hao hụt chút nào, cũng như số lượng thơ, vẫn rào rào như tằm ăn rỗi.
Chỉ có thể thốt ra một từ về ông, khâm phục, thật là khâm phục!

******

Nể nang và khâm phục lắm tài thơ của ông, nhà thơ Luân Hoán. Một tài thơ, một tài hoa đúng nghĩa, mà không ai có thể lên tiếng phân bì hay tị hiềm, so sánh, bởi vì chính cuộc đời thơ của ông đã là câu trả lời nghiêm chỉnh nhứt, hoàn hảo nhứt, nó dư sức dẹp tan mọi đố kỵ thường tình của người đời, nếu có.

Hôm sinh nhật vừa mới đây của ông, 10.01.2024, tôi đã có một bài viết tặng ông. Chưa đầy nửa năm, tôi lại viết thêm bài LUÂN HOÁN - TÌNH THỜI PHƠI PHỚI THANH XUÂN.

Anh Luân Hoán và anh Khánh Trường, hai người anh vô cùng quý mến của tôi, cũng là hai nhà thơ mà tôi viết về, nhiều nhứt.

Tôi không ngại viết, nhứt là với những người mà tôi yêu mến trong đời. Nên muốn nhắn với anh Luân Hoán thế này, Mây chỉ mong anh khỏe, anh hoài khỏe, và mỗi lần kỷ niệm gì đó, Mây lại được tiếp tục viết về anh, như từng đã.

Anh Luân Hoán nghen!

Sài Gòn 22.05.2024
Phạm Hiền Mây

lời bạt phần 3:
TÌNH ĐIỆU THỜI LÃO ÔNG
viết bởi
Nhà thơ **NGUYỄN VĂN NHÂN**:
TÌNH GIÀ NHÀ THƠ XỨ QUẢNG

nhà thơ Nguyễn Văn Nhân

Đầu thập niên bảy mươi, mười sáu tuổi, hỉ mũi chưa sạch, tôi đã nhiễm vi rút thơ. Đà Nẵng, những trưa hè nóng chảy mỡ, nằm trên gác vắt óc rặn từng câu thơ. Cực thấy mồ tổ. Mà khi gởi báo được đăng đã gì đâu.

Rồi duyên may, hết khóa học đàn, thầy thưởng cho cuốn Lục bát thơ. Tôi biết đến thơ Luân Hoán từ đó. Thêm mê thơ. Mê luôn lục bát. Thiệt cám ơn anh.

Bẵng đi nhiều năm, gặp lại thơ Luân Hoán trên facebook. Ngọn lửa thơ trong tôi tưởng tắt ngóm rồi, giờ bùng lên dữ dội. Xin cám ơn anh lần nữa.

Càng đọc anh, càng thấy anh mê thơ đến cỡ nào. Ăn nằm với thơ. Vui buồn, hạnh phúc với thơ. Sống với thơ. Cả đời thơ.

Một giáo sư toán, cũng là nhà thơ, có lần ghẹo tôi: - Nếu có quyền, tao sẽ cấm tiệt dân Quảng mầy làm thơ. Mười người hết chín người rưởi mê thơ. Quá đáng.

Té ra nhà thơ Luân Hoán là dân Quảng rặt. Hèn chi. Chắc hồi con nít toàn nghe bà nghe mẹ ru thơ. Lậm vô máu luôn rồi.

Bất ngờ có tin nhắn của anh. Nhờ viết vài dòng cảm nhận về phần thơ tình già trong tập thơ anh sắp xuất bản. Cảm kích hết sức. Trước 75, anh đã có chỗ ngồi đỉnh đạc trên chiếu thơ Miền Nam. Vậy mà. Càng hiểu. Càng quý trọng anh hơn.

Thơ tình trẻ mướt rượt của anh nè:

Người tôi yêu ở tứ tung
Phước Ninh, Thạch Gián, Khuê Trung, Tam Toà
Hải Châu, An Hải, Xuân Hoà
Vườn ươm mấy cõi thơ tình trong tôi.

Người tôi yêu ở tứ tung
Nhưng sao chẳng thấy một người yêu tôi?
(Cõi bén tình thơ)

Tội. Nghiệp.

Để coi tình già của anh ra sao. Đằm thắm hơn, nồng nàn hơn. Thăng hoa hơn. Hay tinh nghịch hơn.

Nhà thơ, trái tim như cỏ lá. Một cánh hoa rơi, một dòng sông vắng, một buổi chiều mưa, một bờ vai nhỏ...Trái tim đã rung lên bần bật. Nhà thơ, không cảm xúc trước cái đẹp mới là kỳ. Mà phụ nữ, ai chẳng đẹp. Tuyệt phẩm của thượng đế. Biết sao giờ.

Trái tim cỏ lá, đâu có già đi. Tình già là nói vậy thôi. Gừng càng già càng cay.

Đây:

Ngày mỗi tới đêm mỗi qua lặng lẽ
Mây đầy trời vẫn lúc đậu lúc bay
Thiên hạ chẳng nghe ra lời gió thoảng
Nhưng hình như ta cảm được mỗi ngày
  (Ngẫm nghĩ một đời tình)

Ngồi thắp lại chữ tình u uất nhớ
Mà thấy mình có đủ dại đủ khôn
Yêu thật dữ từng chặng đời để lớn
Chừ sắp xuôi tay lòng vẫn bồn chồn
  (Ngẫm nghĩ một đời tình)

Khôn dại chi hè. Anh nói vui vậy thôi. Và tôi tin chữ yêu của anh chắc cũng khác người. Cảm mạo đó mà. Không phải ba lăng nhăng. Một đời tình vẫn chưa bưa.

Nữa nè:

Ta may có cả đời mê gái
Từ thanh xuân lạng quạng đến lão niên
Mắt biết ngó lòng biết mơ vẻ đẹp
Hồn bao la mơ mộng nhớ thuyền quyên
(Mê gái 2)

Thiệt tình. Cô nào cũng là bức tranh toàn bích. Không mê sao đặng. Mê vô sở vô cầu. Thiền vị quá chớ.

Thơ tình già, chất tinh quái Quảng Nam càng đậm nét:

Bây chừ thời đại thoáng hơn
Em thả rông cả cái hồn vía thơ
Phủi tay bay sạch chất khờ
Dù tôi mát mắt vẫn vơ vẩn buồn
(Yếm tình)

Tuổi nầy rồi, yêu tuốt luốt, chẳng ngán thằng Tây nào:

Em đang ở đâu tiểu thư
Sài Gòn, Đà Nẵng, Pleiku, Biên Hòa
Hay ở tuốt luốt bên Nga
Bên Tàu, bên Ý, Xiêm La không chừng
(Nhớ những tiểu thư)

Tình già, nhớ đâu có mông lung sương khói như hồi trẻ:

Nhớ như đói bụng cồn cào
Nhớ như thèm rượu ngáp trào bọt trong
Nhớ run tay viết lệch dòng
Chữ yêu thành yếu dài thòng vẩn vơ
(Nhớ những tiểu thư)

Vẩn vơ mà, có cụ thể ai đâu.

Đọc hai khúc thơ sau, tôi mường tượng anh đang cười tủm tỉm:

Cày qua núi vác đi thôi
Em ơi trăng lặn xuống rồi, vô tư
Đại sự không thể chần chừ
Làm sao có được thánh thư để đời
(Làm tình)

Nghĩ đi nghĩ lại thiệt đúng là đại sự.

Áo quần nên hở vừa vừa
Đậy chỗ đáng đậy hoặc chừa sơ sơ

Tránh dùm cho hình thức thơ
Chuyện tình thứ thiệt trên tờ bích chương
(Ba lơn thơ tình)

Ai dám nói anh ba lơn. Chắc anh đang nghĩ đến hình ảnh Yoni Linga ở thánh địa Mỹ Sơn. Đẫm chất nhân văn. Thiêng liêng, chẳng phàm tục chút nào.

Thơ tình già của anh, hình tượng Nàng thơ đã hóa thân thành Quan Âm hay Đức mẹ, đầy bao dung, từ ái:

Em Quan Âm hay là Đức Mẹ
Lạc phương nào ta vẫn một Giáng Sinh
Và chọn cho ta một khúc kinh tình
Như đoạn viết nầy đây em yêu dấu
(Tưởng niệm một cuộc tình giáng sinh)

Em xinh tuyệt đối hiển linh
Tôi cạn ngày tháng sợ mình hụt tay
Bầu trời cùng em thơ ngây
Xin nhận cung kính tình đầy rượu thơ
(Bầu trời, nữ sắc và tôi)

Đọc thơ anh, chắc nhiều cô thấy thấp thoáng bóng dáng mình trong đó. Có sao đâu. Cô nào chẳng phải Nàng thơ:

Em trong thơ ta, người không có thật
Đời nhân danh yểu điệu Nàng thơ
Em có thể cũng đủ đầy thói tật
Với ba vòng cùng với cái thanh cao
(Em trong thơ, em trong đời)

Qua mấy chục bài thơ tình già của anh, mới hay mê gái quá sức là phiền. Vậy mà lâu nay tôi đâu có biết. Nghe anh thú thiệt nè:

Mê gái kể cũng khá phiền
Suy đi ngẫm lại tu tiên khó bằng
Thưa em còn đủ lưỡi răng
Mời cùng hôn gió trẻ măng hoài hoài
(Mê gái thời thượng thọ)

Muốn viết nữa nhưng thôi. Sợ thành kẻ vô duyên, dẫn dắt cảm xúc của độc giả.

Xin có đôi lời kết thúc bài viết:

Đọc thơ tình của anh, tôi liên tưởng tới cuốn Siêu hình tình yêu siêu hình sự chết của Schopenhauer. May phước, thượng đế đã ban tặng tình yêu cho nhân loại. Đội ơn ngài biết mấy cho vừa. Yêu thì già trẻ gì chớ. Còn thở là còn yêu. Thiệt quá đã.

Cám ơn nhà thơ Luân Hoán với những bài thơ tình trẻ tình già hết sức bay bướm mà cũng hết sức chân thành. Để con người còn thấy cuộc đời đầy nghĩa sống. Cám ơn anh.

Nguyễn Văn Nhân
Sài Gòn, 12.5.2024

lời bạt phần 4:
TÌNH RIÊNG NHÂN TÌNH TRĂM NĂM
viết bởi
nhà thơ **HOÀNG XUÂN SƠN**
NGƯỜI TÌNH TRĂM NĂM
(cấm nói ngược)

nhà thơ Hoàng Xuân Sơn

Chưa thấy ai "có hiếu" với người tình trăm năm bằng ông thi sĩ Luân Hoán.

Ông ngộ nàng từ thuở 13, 14 tuổi; cô bé còn vô tư nhảy dây, đánh chuyền v.v. Ông nghía nàng tắm mưa khi nàng chớm dậy thì, chũm cau vừa nhu nhú

> Lẽ nên đọc thơ Nguyên Sa
> Nhập tâm sinh tật khiến ta yêu bừa
> Nguồn tình từ ngồi nhìn mưa
> Mê giọt nước với người đùa hồn nhiên
> [LH]

  Vậy đó. Mà ông thi sĩ bắt đầu yêu nhập tâm. Yêu rúng động tâm can. Và yêu dài lâu đúng nghĩa người tình trăm năm, em Lý, cô Lý, mỹ danh là Lý Phước Ninh. Thể nào ông cũng tìm được mọi cách dụ dỗ người tình trong mộng : Thoạt đầu để một nụ hôn lên trán. Rồi dần dần xuống tới chỗ nào không biết. Thi sĩ tự thú :

> Nguyên Sa yêu tuổi Mười Ba
> Là yêu hàm thụ tình qua ngôn từ
> Lù đù Luân Hoán tôi hư
> Yêu thắng chân cẳng ở tù như chơi
> [LH]

  " Yêu thắng cẳng" mới ghê chớ! Không khéo mang tôi dụ dỗ gái vị thành niên, nếm mùi song sắt như chơi!

  Vậy mà duyên phận tròn qủa phúc. Nên vợ nên chồng. Con đàn cháu đống. Con cái thành đạt : Một đại gia đình rất mực hạnh phúc là mơ ước của nhiều người. Vợ chồng tôi cũng được hân hạnh 2 lần đi họ bên phía nhà gái anh chị Luân Hoán, trong các lễ hỏi và cưới.

  Ông thi sĩ Luân Hoán cưng vợ tới mức siêu đẳng. Chiều chuộng và nâng niu người tình trăm năm nhẹ nhàng mà vô cùng tình tứ :

> Trộn chút tình ta vào bột giặt
> Vò nhẹ nhàng bởi sợ em đau
> Vải còn đượm mùi thịt da thơm ngát
> Tay bùi ngùi như đang vuốt ve nhau ...
> [Giặt Áo Quần Cho Vợ - LH]

Một đức tính khác của ông thi sĩ : về cái khoảng chiêm ngưỡng, tụng ca nhan sắc phụ nữ, tất cả bọn chúng tôi phải tôn Luân Hoán làm Thần. Tục gọi là Thần Luân! Ngoài những thú vui tao nhã như chuyện nuôi chim lồng cá cảnh, sắm mũ nón giày áo v.v , ông vui với bạn bè chỉ nhậu sương sương vài ba hột là buồn ngủ, muốn rớt đài. Nhưng khi nhắc tới cái mỹ miều lồng lộng tam tòa của nữ lưu là mắt ông thần sáng lên liền. Chúng tôi đã từng theo chân Thần Luân đến thăm thú nhiều địa điểm có mỹ nữ múa cột " truổng cời" chăm phần chăm đẹp như tiên giáng trần. Thi sĩ nhà ta đã sưu tầm được nhiều chỉ đáng đồng tiền bát gạo! Tôi nhớ có lần nhại thơ Bút Tre tặng Thần Luân :

Hoán nằm xem báo Pờ - Lây
Boy nghe hừng hực lúc này lúc kia
[Sử Mặc]

Chỉ ham vui vậy thôi. Như quý đờn ông khác. Nhưng phải công tâm mà nói, thi sĩ Luân Hoán một mực chung tình với vợ hiền, một Người Tình Trăm Năm đúng nghĩa. Ông có nguyên tập thơ Mời Em Lên Ngựa nói về cái sự vụ khăng khít vợ chồng. Chả thế mà giờ này vượt mức thập bát, Thần Luân vẫn xăn xái cụ bị yên, cương lên ngựa đều chi. Phục lăn!

)(
Laval, Québec , ngày 15 tháng 5 - 2024
h o à n g x u â n s ơ n

MỤC LỤC

Thay lời tựa 5

Phần 1: Tình vui thời mới lớn:

1. Lãng mạn đầu đời 10
2. Tình và thơ 11
3. Bóng tình vỡ lòng 12
4. Con bé hàng xóm 14
5. Hình ảnh cái Lành 15
6. Một đôi khi 16
7. Về thăm làng nhớ cái Hường 18
8. Cô hàng xóm thành phố 20
9. Nhớ em hàng xóm ngày xưa 21
10. Kỷ niệm thời chơi ná 22
11. Gác cu 23
12. Tình học trò 24
13. Trên đường đi học 25
14. Viễn vông 26
15. Duyên nợ lolita 27
16. Mi tau một thuở 28
17. Tịch mịch âm khuya 29
18. Rớt cục quê ở hiệu sách Ưng Hạ, Huế ... 30
19. Mưa giữa đường 32
20. Tợ như hương 33
21. Hoa và em 34
22. Em và trăng 35
23. Vớ vẩn đích thực tình thơ 37

Phần 2: Tình thời phơi phới thanh xuân:

1. Già tay thơ 40
2. Lẩm cẩm thời 20 41
3. Hắn 44
4. Khai mở xuân tình 46
5. Linh cảm 47
6. Hình như là có nhớ 48
7. Lo gần 49

8. Nhớ	50
9. Ngợi ca sắc nữ 1	51
10. Ngợi ca sắc nữ 2	52
11. Manh nha từ sách vở	53
12. Mời tình	55
13. Một đời tình suông	56
14. Phân bì	57
15. Ra giá	58
16. Nghệ thuật tán tụng	59
17. Sau khi trăng lặn	61
18. Mùi hương	62
19. Thơ tình hồng	63
20. Rờ và sờ	64
21. Người lướt honda trong phố nhỏ	65
22. Cuộc tình ở cố đô	66
23. Tiền thất tình	68
24. Nơi em chỗ đáng ngợi ca	69
25. Người nữ và họa phẩm	71
26. Mùi hoa bên cửa	73
27. Nàng thơ	74
28. Mắc tịt	75
29. Mây mưa	77
30. Nhãn lực	78
31. Đôi tằm em đeo	79
32. Chấp Nhận	81
33. Thất tình trước khi biết yêu	82
34. Yêu thời thập niên 60	84
35. Em trên lưng ngựa	85
36. Cái tình	86
37. Hoa hồng và em	87
38. Hôn môi	89
39. Trai gái tình thơ	90
40. Trẻ già	91
41. Hồn tình thơ cũ	92
42. Hương yếm	94
43. Ích kỷ	95
44. Khen	96
45. Khi biết trai gái	97

46. Trốn	98
47. Chập chờn chân rừng	99
48. Vừa thật vừa hư cấu	100
49. Hương vườn mồ côi	102
50. Tỏ tình	103
51. Tụng hồng nhan	104
52. Tượng hình	105
53. Mê	106
54. Người đi ngang qua ngõ	107
55. Thơ cấm nhiều người	109
56. Lú	110
57. Vẽ em và vẽ cõi thơ	111
58. Về một cánh lưng hoa hồng	112
59. Xảo ngôn	114
60. Lứa đôi xuân tình	115
61. Bất hủ	116
62. Ví	117
63. Yêu em anh có mấy lòng?	118
64. Thơ tình viết bất ngờ	119
65. Người qua đường chiều hôm qua	120
66. Gián tiếp điểm trang	121
67. Xưa, nay tôi ve gái	123
68. Thơ tặng người yêu	127
69. Phách tấu	128
70. Ưu phiền cõi chung	129
71. Mê gái thời vị thành niên	130
72. Khai thật	131
73. Tuần hoàn	132
74. Người mẫu ảnh	133
75. Chưa thành ca dao.	134
76. Ngậm ngùi em riêng	137
77. Theo em vào quán phở.	138
78. Sáng sáng ngồi lẫn trong hoa	141
79. Áo dài.	142
80. Tôi nháp nhằm em.	144
81. Mèo và người.	147
82. Kiểu ngợi ca mới.	149
83. Phụ nghề body painting	150

84. Ngồi quán nghêu sò	151
85. Nón lá.	152
86. Mùa xuân về từ áo em.	153
87. Kể lại chuyện năm nào.	154
88. Sát vách đi về dáng hoa	157
99. Chim và thiếu nữ	158

Phần 3: Tình thời điệu lão ông:

1. Ngẫm nghĩ một đời tình	161
2. Mê gái	163
3. Sống trong đời riêng	165
4. Yếm tình	167
5. Linh tinh câu chữ xuôi vần	168
6. Phù hợp	170
7. Khi không dính bệnh dời leo	172
8. Nhớ những tiểu thư	173
9. So sánh hồng nhan	175
10. Tạ ơn những tình qua	177
11. Làm tình	178
12. Hồ như	181
13. Thất tình và cách điều trị riêng	183
14. Thêm danh xưng vưu vật	185
15. Ba lơn thơ tình	187
16. Trăn trở kiếp tình	189
17. Cuộc tình của người bạn thơ	192
18. Tưởng niệm một cuộc tình Giáng sinh	194
19. Quý nhớ tình thơ một bạn thơ	196
20. Bầu trời nữ sắc và tôi	198
21. Ca dao tục ngữ và tôi vần vè	200
22. Thói xấu tật hư	202
23. Tụng mỹ nhân tạ nữ nhân	205
24. Em trong thơ em trong đời	207
25. Đoạn đường tình St. Laurent MLT.	209
26. Mê gái thời thượng thọ	210
27. Dặn mình	211

Phần 4: Tình Riêng Nhân Tình Trăm Năm

1. Mưa chiều dẫn đến hôn nhân 214
2. Con bé nhảy dây 216
3. Sinh nhật tình trăm năm 218
4. Hứa 221
5. Em nhà 223
6. Khác chi một thuở tỏ tình 224
7. Phân công 226
8. Cặp đôi chúng tôi 227
9. Má các con 228
10. Giải thích cùng em trăm năm 230
11. Chung tình 231
12. Đôi bạn lẩm cẩm 232
13. Tình vui 233
14. Về thăm Barclay 235
15. Ngày tình nhân của vợ chồng 236
16. Đón em đang đạp xe về 237
17. Gội đầu 238
18. Tô mì Quảng đúng chất 240
19. An phận. 241
20. Lẵng hoa không tàn 242
21. Chỗ dựa 244
22. Duyên. 245

Phần 5: Bạt Của Tác Giả

1. Cuộc lãng du thi tứ, tổng quan một đời thơ 247
2. Mấy câu trong lúc layout 250

Phần 6: Những Bài bạt Cho Mỗi Phần

1. Nhà văn Phan Trang Hy: Đôi Điều Khi Đọc "Tình Vui Thời Mới Lớn". 251

2. Nhà thơ Phạm Hiền Mây:
   LH Tình Thời Phơi Phới Thanh Xuân.   257

3. Nhà thơ Nguyễn Văn Nhân:
   Tình Già Nhà Thơ Xứ Quảng.   273

4. Nhà thơ Hoàng Xuân Sơn:
   Người Tình Trăm Năm.   279

Mục Lục

THÔNG TIN

Hai Thi Phẩm cuối cùng sẽ phát hành:

Rơm Cỏ Quê Nhà (thơ tình quê hương)
Hạ Cánh Cửa Đời Ngộ Cái Tôi (vần văn tự truyện)

www.ingramcontent.com/pod-product-compliance
Lightning Source LLC
LaVergne TN
LVHW091628070526
838199LV00044B/987